# ஆண்கள்

சிறுகதைகள்

ஜி. ஆர். சுரேந்தர்நாத்

சிக்ஸ்த்சென்ஸ் பப்ளிகேஷன்ஸ்
10/2 (8/2) போலீஸ் குவார்ட்டர்ஸ் சாலை
(தியாகராயநகர் பேருந்து நிலையத்திற்கும் காவல் நிலையத்திற்கும் இடைப்பட்ட சாலை)
தியாகராயநகர், சென்னை - 600 017
Phone: 2434 2771, 65279654 Cell: 72000 50073
Sixthsense Publications 6 th sense_karthi
e-mail : sixthsensepub@yahoo.com
Website: sixthsensepublications.com

Title: **Aangal**

Author: **G.R.Surendernath**

Address: **Sixthsense Publications**
10/2(8/2) Police Quarters Road,
( Between Thiyagaraya Nagar Bus Stop & Police Station)
Thiyagaraya Nagar, Chennai - 17
Phone: 2434 2771, 65279654
Cell: **72**000 **50**073

Sixthsense Publications
6 th sense_karthi
e-mail : sixthsensepub@yahoo.com
Website: sixthsensepublications.com

Edition:
First : July 2015

Price : 100

Publisher **K.S. Pugalendi**

Editor **R. Muthukumar**

Managing Editor **P. Karthikeyan**

Layout **Mathi**

---

தலைப்பு : ஆண்கள்
நூலாசிரியர் : ஜி.ஆர்.சுரேந்தர்நாத்
பக்கங்கள் : 136
விலை : ரூ.100

முதற்பதிப்பு : ஜூலை 2015

**சிக்ஸ்த்சென்ஸ் பப்ளிகேஷன்ஸ்**
10/2 (8/2) போலீஸ் குவார்ட்டர்ஸ் சாலை
( தியாகராயநகர் பேருந்து நிலையத்திற்கும் காவல் நிலையத்திற்கும் இடைப்பட்ட சாலை )
தியாகராயநகர், சென்னை – 600 017
தொலைபேசி : 24342771, 65279654.
கைபேசி: **72**000 **50**073
மின்னஞ்சல்: sixthsensepub@yahoo.com

இந்தப் புத்தகத்திலுள்ள எந்த ஒரு பகுதியையும் பதிப்பாளர் மற்றும் எழுத்தாளர் அனுமதியை எழுத்து மூலம் பெறாமல் பதிப்பிக்கக் கூடாது.

---

அச்சிட்டோர்
கணபதி எண்டர்பிரைசஸ்
சென்னை.

No part of this book may be reproduced or transmitted in any form without permission in writing from the author or publisher

நீங்கள் Smart Phone உபயோகிப்பவராக இருந்தால் QR Code Reader Application மூலம் இதை Scan செய்தால் நேரடியாக எமது இணையதளத்திற்கு சென்று மேலும் எங்கள் வெளியீடுகள் பற்றிய விவரங்களைப் பெறலாம்.

ISBN : 978-93-83067-24-4

## முன்னுரை

ஒரு ஆணுக்குத் தனது வாழ்க்கையின் ஏதாவது ஒரு பருவத்தில், தன் வாழ்க்கையை நிறுத்தி வைத்துக்கொள்ளும் வாய்ப்பு கிடைத்தால், தன் இளமைக் காலத்தில்தான் நிறுத்தி வைத்துக்கொள்வான். இளமைக் காலம்... ஆண்களின் மகத்தான கொண்டாட்டக் காலம். ஒரு முடிவே இல்லாத இனிய கனவு போல் நீண்டுகொண்டிருந்த நமது இளமைக்காலம், எவ்வளவு வேகமாகக் கலைந்துவிடுகிறது? எவ்வளவு வேகமாக நமது இளமையின் ஈரச்சிறகுகள் உதிர்ந்து விடுகிறது?

கண்களில் நீர் வர நண்பர்களுடன் சிரித்த அந்த டீக்கடை பெஞ்சுகளை யார் தூக்கிக்கொண்டு போனார்கள்? ஒரே ஒரு பெண்ணின், ஒரு வினாடி பார்வைக்காக நாள் முழுக்க நின்றுகொண்டிருந்த பேருந்து நிறுத்தங்களை யார் இடித்தார்கள்? ரயில் நிலையத்தில் குமுறி, குமுறி அழுதுகொண்டே பிரிந்த கல்லூரி நண்பர்கள் இப்போது எங்கே இருக்கிறார்கள்? யாரோ ஒரு இளம் பெண்ணின் தலையிலிருந்து விழுந்த ரோஜாப்பூவை எடுத்துக் கொடுத்தபோது புன்னகைத்த அல்லது முறைத்த தேவதை இப்போது எத்தனை தேவதைகளுக்குத் தாய்? கடைசி வரையிலும் கண்களால் மட்டுமே பேசிவிட்டு காணாமல் போன இளம் பெண்கள், இப்போதும் ஆண்களின் கவிதைகளில் வாழ்ந்துகொண்டிருப்பது அவர்களுக்குத் தெரியுமா? குரூப் ஸ்டடி என்று குரூப்பாக கெட்டுத் திரிந்த இரவுகள் ஏன் விடிந்தது?

நமக்குக் கனவுகளையும், சிரிப்பையும், கண்ணீரையும், நண்பர்களையும், காதலிகளையும், கவிதைகளையும் தந்த நம் இளமைக்காலம் இப்போது பழங்கனவாய், வெறும் கதையாய் உங்கள் கைகளில். இத்தொகுப்பிலுள்ள ஒரே ஒரு கதையைத் தவிர மற்ற அனைத்துக் கதைகளும் இளைஞர்களைப் பற்றிய கதைகள். 1990களின் இளைஞனிலிருந்து இன்றைய இளைஞன் வரை அத்தனை இளைஞர்களையும் இக்கதைகளில் நீங்கள் சந்திக்கலாம்.

பொதுவாக சென்னையில் வாழ்பவர்கள், எனக்குச் சென்னைப் பிடிக்காது என்று சொல்வார்கள். ஆனால் சென்னை எனக்கு மிகவும் பிடிக்கும். நான்

சென்னையில் வேலையில் சேர்ந்த நாள் முதல், கடந்த இருபதாண்டுகளில் இங்கு நான் நெருங்கிப் பழகிக்கொண்டிருக்கும் ஏராளமான நண்பர்களே, சென்னையை எனக்கு பிடித்தமானதாக ஆக்குகிறார்கள். அந்நண்பர்களில் ஒருவன் மனோகரன். இத்தொகுப்பிலுள்ள இரண்டு கதைகளின் கதைக்கரு அவனிடமிருந்து கிடைத்தது. எனவே இத்தொகுப்பைப் பிரியத்துடன் மனோகரனுக்குச் சமர்ப்பணம் செய்கிறேன்.

எனது கதைகளைத் தொடர்ந்து பிரசுரித்து எனக்கு ஊக்கமளித்து வரும் ஆனந்தவிகடன், கல்கி ஆகிய வார இதழ்களின் ஆசிரியர் குழுவினருக்கு எனது மனமார்ந்த நன்றியை தெரிவித்துக்கொள்கிறேன். மேலும் இத்தொகுப்பிலுள்ள கதைகள் வெளியான தினமலர் வாரமலர், தினமணிக் கதிர், உயிரோசை இணைய இதழ் மற்றும் சொல்வனம் இணைய இதழின் ஆசிரியர் குழுவினருக்கும் என் நெஞ் சார்ந்த நன்றிகள். கதைகளின் இடத்தை டிவி சீரியல்கள் எடுத்துக்கொண்டுவிட்ட இந்தக் காலகட்டத்திலும் என் மீதும், என் எழுத்தின் மீதுமுள்ள அன்பால் எனது புத்தகத்தை தொடர்ந்து வெளியிட்டு வரும் சிக்ஸ்த்சென்ஸ் பதிப்பக உரிமையாளர் திரு. கே. எஸ். புகழேந்தி அவர்களுக்கும் எனது நன்றியை தெரிவித்துக்கொள்கிறேன்.

மேலும் சிக்ஸ்த் சென்ஸ் பதிப்பக மேனேஜிங் எடிட்டர் தம்பி கார்த்திகேயனுக்கும், இப்புத்தகத்தின் அட்டைப் படத்தை வடிவமைத்த ஜீசக்கிற்கும் லே அவுட் ஆர்ட்டிஸ்ட் மதி, ஜோசப் மற்றும் சிக்ஸ்த்சென்ஸ் பதிப்பக நண்பர்கள் பாண்டியன், கார்த்திக், முருகன் மற்றும் சுதாகர் ஆகியோருக்கும் நன்றிகள் பல.

காற்றோடு மழை கைகுலுக்கும்
ஒரு டிசம்பர் மாதத்து மாலை.
15.12.2014

*என்றென்றும் சிநேகத்துடன்*

**ஜி. ஆர். சுரேந்தர்நாத்**

சென்னை 28.

மின் அஞ்சல்: grsurendarnath@yahoo.com

மொபைல்: 9941769120

## மதிப்புரை

கதைகள் வாசிக்கும் பழக்கம் குறைந்து வரும் காலம் இது. பிரபல எழுத்தாளர்களுக்குக் கூட கதையல்லாத புத்தகங்கள் விற்பனை ஆகும் அளவுக்கு, கதைப் புத்தகங்கள் விற்பனை ஆவதில்லை. இந்தச் சூழ்நிலையில் அடுத்தத் தலைமுறை இளைஞர்களைக் கதை படிக்க வைப்பதென்பது மிகவும் சவாலான விஷயம். இந்த சவாலை கடந்த பல வருடங்களாக ஜி. ஆர். சுரேந்தர்நாத் வெற்றிகரமாக எதிர்கொண்டு வருகிறார். ஏனெனில் சுரேந்தர்நாத் தனது கதைகளில் பெரும்பாலும் இளைஞர்களின் வாழ்க்கையையே அவர்களுக்குப் பிடித்த நடையில் சொல்கிறார்.

சுரேந்தர்நாத்தின் இந்த ஆண்கள் சிறுகதைத் தொகுப்பில் உள்ள ஒரே ஒரு கதையைத் தவிர அனைத்தும் இளைஞர்களின் கதைகள். தமிழ்நாட்டு இளைஞர்களின் வாழ்க்கை முறையை, கொண்டாட்டத்தை, காதலை, கனவை, துரோகங்களை, ஏமாற்றங்களை, லட்சியங்களை, கண்ணீரை மற்றும் வெளியே சொல்ல வெட்கப்படும் விஷயங்களை எல்லாம் சுரேந்தர்நாத் இத்தொகுப்பில் சுவாரஸ்யமான நடையில் கூறுகிறார். சுரேந்தர்நாத்தின் 'கமலஹாசனும் காளிமுத்துவும்' சிறுகதைத் தொகுப்பிற்குப் பிறகு, வாழ்க்கையின் பல்வேறு கூறுகளை இத்தொகுப்பின் மூலமாக சுரேந்தர்நாத் தொட்டுச் சென்றுள்ளார்.

எல். காயத்ரி எம். காயத்ரி எஸ்.காயத்ரி, கனாக் கண்டேனடி, நாயர் மகள், ஸ்வப்னத்தை ஸ்வீகரிச்ச சுந்தரிக்குட்டியே, ஸீன் பிச்சையும் சில மலையாளப் படங்களும் போன்ற கதைகளில் மிளிரும் நகைச்சுவையும், வாக்குமூலம் கதையில் தெரியும் பிஇ படிக்கும் கிராமப்புற இளைஞர்களின் உலகமும், ராயல் டாக்கீஸில் சொல்லப்படும் ஒரு சினிமாத் தியேட்டரின் நினைவுகளும், சின்னா, பெண் வாசனை ஆகிய கதைகளில் கூறப்படும் ஆண்களின் மறுபக்கமும் மிகவும் அழுத்தமாகப் பதிவு செய்யப்பட்டுள்ளன.

இந்தத் தொகுப்பு ஆண்களுக்கு மட்டுமல்லாது, ஆண்களின் உலகைப் புரிந்துகொள்ள உதவும் பெண்களுக்கும் பிடிக்கும் என்று நம்புகிறேன். வாழ்த்துகள்.

அன்புடன்
K.S.**புகழேந்தி**

# நன்றி

ஆனந்த விகடன்

கல்கி

தினமணிக்கதிர்

தினமலர் வாரமலர்

சொல்வனம் இணைய இதழ்

உயிரோசை இணைய இதழ்

நட்புடன்
**மா. மனோகரனுக்கு**

## பொருளடக்கம்

1. கனாக் கண்டேனடி... — 09
2. L. காயத்ரி M. காயத்ரி S. காயத்ரி — 21
3. ராயல் டாக்கீஸ் — 33
4. கம்யூனிஸ்ட் தம்பி — 47
5. சின்னா — 53
6. நாயர் மகள் — 64
7. பெண் வாசனை — 73
8. 'ஸீன்' பிச்சையும், சில மலையாளப் படங்களும் — 85
9. வாக்குமூலம் — 95
10. நட்புக் கல்வெட்டு — 103
11. ஸ்வப்னத்தை ஸ்வீகரிச்ச சுந்தரிக்குட்டியே... — 112
12. ஆண்கள் — 125
13. சே... நண்பனா இவன் — 132

1

# கனாக் கண்டேனடி...

அது ஒரு வித்தியாசமான விடியற்காலை கனவு. கனவிலும் விடியற்காலைதான். நான் மயிலாப்பூர், கபாலீஸ்வரர் கோயில் தெப்பக்குளத்துப் படிக்கட்டில் அமர்ந்திருக்கிறேன். எனக்கு அருகில் நடிகர் ஜெமினிகணேசன் உட்கார்ந்திருக்கிறார். ''பாட்டுப் பாடவா?'' ஜெமினி கணேசன் அல்ல. ''உன்னால் முடியும் தம்பி''

ஜெமினிகணேசன். நெற்றியில் விபூதிப்பட்டைப் போட்டுக் கொண்டு, வெள்ளைத்தாடியுடன் பொரி உருண்டையை உடைத்து தெப்பக்குளம் மீன்களுக்கு போட்டுக்கொண்டிருக்கிறார். மீன்கள் கூட்டம், கூட்டமாக வந்து பொரியைத் தின்னும் காட்சியைக் காண அற்புதமாக இருந்தது.

''உன் பேர் என்ன?'' என்றபடி ஜெமினிகணேசன் ஒரு பொரி உருண்டையை என்னிடம் நீட்டுகிறார். நான், ''ஸ்ரீராம்'' என்றபடி வேகமாக பொரி உருண்டையை வாங்கி வாயில் வைத்துக்கடிக் கிறேன். ''நீ திங்கிறதுக்கு கொடுக்கல. மீனுக்குப் போடு. பறக்கா வெட்டி...'' என்று ஜெமினி கடுமையானக் குரலில் கூற...நான், ''ஸாரி...'' என்றபடி பொரி உருண்டையை உடைத்து மீன்களுக்குப் போடுகிறேன்.

''உனக்கு கல்யாணமாயிடுச்சா?'' என்கிறார் ஜெமினி.

''ஆயிடுச்சு சார்...''

''எத்தனைப் பொண்டாட்டி?'' என்று ஜெமினி கேட்ட கேள்வியை நான் சரியாக உள்வாங்கிக் கொள்ளாமல், ''ஒரு பையன். ஒருபொண்ணு. பையன் ப்ளஸ் 1 படிக்கிறான். பொண்ணு நைன்த்...'' என்கிறேன். ''முட்டாள்... நான் உனக்கு எத்தனைப் பொண்டாட்டின்னு கேட்டேன்'' என்று ஜெமினி குரலை உயர்த்திக் கேட்க... நான் அதிர்ச்சியுடன் ஜெமினியைப் பார்த்தபடி, ''ஒருபொண்டாட்டிதான்...'' என்கிறேன். ''ம்ஹ்ம்...'' என்று என்னைக் கேவலமாக ஒரு பார்வை பார்த்த ஜெமினி, ''வாழ்நாளெல்லாம் ஒரே பொண்டாட்டி கூட வாழறது போரடிக் கலையா?'' என்கிறார்.

அவ்வளவுதான். சட்டென்று விழிப்புத் தட்ட.... எழுந்தேன். ''இதென்ன கனவு?'' என்று யோசித்தபடி என் மொட்டை மாடி அறையை விட்டு வெளியே வந்தேன். மாடியில் என் மனைவி மாலதி சரக் சரக்கென்று உதறி துணிகளை காயப் போட்டுக் கொண்டிருந்தாள். என்னைப் பார்த்தவுடன், ''என்ன இன்னைக்கி இவ்ளோ சீக்கிரம் முழிச்சுட்டீங்க...'' என்றபடி மாலதி துணியை உதற... நீர்த்துளிகள் என் முகத்தில் பட்டது.

''ஒரு வித்தியாசமான கனவு கண்டேன். முழிப்பு வந்துடுச்சு'' என்ற நான் கனவைக் கூற ஆரம்பித்தேன்.

இந்த சமயத்தில் எனது மனைவியைப் பற்றி கொஞ்சம் சொல்லவேண்டியிருக்கிறது. மாலதி, ஒரு கிராமத்து வாத்தியார்

மகள். இந்தக் காலத்திலும் அவளுக்கு சில தீர்க்கமான நம்பிக்கைகள் இருந்தன. எந்த நவீன விஞ்ஞானமும் கேள்விக்குட்படுத்த முடியாத நம்பிக்கைகள் அவை. கதவில் சட் டையை மாட்டினால் கடன்காரனாவோம். நகத்தைக் கடித்துத் துப்பினால் வீட்டில் சண்டை வரும். சாப்பிடும்போது தும்மினால், சுண்டுவிரலைக் கழுவிவிட்டு சாப்பிடவேண்டும். ஒற்றைக் காக த்தைப் பார்த்தால், யாரிடமாவது திட்டு வாங்குவோம். இரவில் தெருநாய் ஊளையிட்டுக்கொண்டேயிருந்தால் அருகில் எங்கோ டெத் கன்ஃபர்ம்.

விக்கல் எடுத்தால் உடனே ஊரிலிருக்கும் அவள் அம்மாவுக்கு ஃபோனை போட்டு, ‘‘என்னம்மா... என்னை நினைச்சு ட்டிருந்தியா? காலைலருந்து ஒரே விக்கல்'' என்பாள். எந்த தாய் தன் மகளிடம் நான் உன்னை நினைக்கவில்லை என்று கூறுவாள். ‘‘ஆமாம்மா... இப்பத்தான் உன்னைப் பத்தி நினைச்சேன். நீ ஃபோன் பண்ணிட்ட...'' என்பார். உடனே என்னிடம், ‘‘நான் சொல்லல ?'' என்பாள்.

என்னைத் திருமணம் செய்துகொண்டு வந்தபிறகு, என் அம்மாவோடு பழகி ஜோதிட நம்பிக்கையும் சேர்ந்துகொண்டது. வருடத்திற்கு ஒரு முறை அம்மாவும், மாலதியும் வீட்டிலுள்ள அனைவரின் ஜாதகங்களையும் எடுத்துக்கொண்டுசென்று ஜோசியரிடம் காண்பித்து, ஜோசியர் சொல்லும் பரிகார பூஜைகளை செய்து வக்கிர கிரகங்களுக்கு கவுண்ட்டர் அட்டாக் கொடுப்பார்கள். இவ்வளவு நம்பிக்கைகள் உள்ள என் மனைவியிடம் நான் அந்தக் கனவை சொல்லியிருக்கக்கூடாது. சட்டென்று துணி காயப் போடுவதை நிறுத்திய மாலதி என்னைத் திகிலுடன் பார்த்தபடி, ‘‘ஏங்க இப்படி காலங்காத்தால தலைல கல்லத் தூக்கிப் போடுறீங்க ?'' என்றாள்.

‘‘நான் எங்கடி கல்லப்போட்டேன்? கனவத்தான்டி சொன்னேன்''

‘‘எப்ப கனவு கண்டீங்க ?'' என்றாள்.

‘‘இப்பத்தான் விடியக்காத்தால. அதுல பியூட்டி என்னான்னா... கனவுலயும் விடியக்காத்தாலதான்''

‘‘விடியக்காத்தாலயே விடியக்காத்தால கனவா? கட்டாயம் பலிச்சுடும். கற்பகாம்பா தாயே... ஏம்மா இப்படி என்னை சோதிக்கிறே ?'' என்றபடி கபாலீஸ்வரர் கோயில் கோபுரத்தை நோக்கி நியாயம் கேட்டாள்.

''ஏய்... சும்மா பைத்தியம் மாதிரிப் பேசாத''

''போன வருஷம், இப்படித்தானே உங்களுக்கு கனவுல அடிக்கடி நாய் வந்துகிட்டேயிருந்துச்சு...''

''ஆமாம்...''

''அப்ப ஜோசியருகிட்ட கேட்டதுக்கு, தேய்பிறை, அஷ்டமி அன்னைக்கி பைரவருக்கு உங்கள நெய் விளக்கு போடச் சொன்னாரு. நீங்க அதுல எல்லாம் நம்பிக்கையில்ல... முடியாதுன்னு சொல்லீட்டிங்க. நான் போய் போட்டுட்டு வந்தேன். ஆனாலும் நீங்க வந்து விளக்கேத்தாததால உங்கள நாய் கடிச்சுதுல்ல?''

''ஆமாம்...''

''அப்புறம்.... ஆறு மாசத்துக்கு முன்னாடி உங்க கனவுல அடிக்கடி பாம்பு வந்துகிட்டேயிருந்துச்சு. அதே மாதிரி நம்ப தோட்டத்துல பாம்பு வந்துச்சுல்ல?''

''ஆமாம்...''

''ஜெமினி கணேசனுக்கு பல தாரம். அவரு உங்க கனவுல வந்து, ஒரே பொண்ணோட வாழறது போரடிக்கலையான்னு கேட்டா என்ன அர்த்தம்? கட்டாயம் இன்னொருத்தி உங்க வாழ்க்கைல வரப்போறா...'' என்று கூறியபோது மாலதியின் தொண்டை அடைத்துக்கொண்டது. அழகான மனைவிகள் குழந்தைத்தனமாக பேசும்போது மேலும் அழகாகிவிடுகிறார்கள்.

''ஏய்... லூசு'' என்று கூறிய என்னைக் கண்கலங்க பார்த்த மாலதி, ''அத்த...'' என்று என் அம்மாவை அழைத்தபடி படிக்கட்டுகளில் இறங்கினாள். நான் பல் விலக்கி, முகம் கழுவிவிட்டு கீழே இறங்குவதற்குள் மாலதி என் அம்மாவிடம் எனது கனவைச் சொல்லி முடித்திருந்தாள். வீட்டினுள் நுழைந்த என்னை என் அம்மாவும், பிள்ளைகளும் இரண்டாம் மனைவியுடன் வீட்டிற்கு வந்தவனை பார்ப்பது போல முறைத்தார்கள். என்னை நெருங்கிய அம்மா, ''இந்த வயசுல ஏன்டா உனக்கு புத்தி இப்படி போவுது?'' என்றாள்.

''அம்மா... நீயும் லூசு மாதிரி பேசாத. நான் என்ன பண்ணுனேன்? ஜெமினி கணேசன் கனவுல வந்தாருன்னு சொன்னேன்...''

''அவரு உன்னை ரெண்டாம் கல்யாணம் பண்ணிக்கச் சொன்னாராமே...'' என்றவுடன் நான் அதிர்ச்சியுடன் மாலதியைப்

பார்த்தேன். உலகின் மிகச் சிறந்த எழுத்தாளர்கள் பெண்கள்தான். பெண்கள் ஒரு மாடி இறங்குவதற்குள் ஒரிஜினல் மேட்டரில் ஓராயிரம் விஷயங்களைச் சேர்த்துவிடுவார்கள். சத்தம் கேட்டு, தூக்கம் கலைந்து அறையிலிருந்து வந்த அப்பா, ''என்ன இங்க காலைலயே சத்தம்?'' என்றார். ''உங்க பையன் ரெண்டாம் கல்யாணம் பண்ணிக்கிற மாதிரி கனவு கண்டானாம்'' என்று அம்மா கொஞ்சம் கூட கூசாமல் என் கண் முன்னாலேயே சொல்ல... எனக்கு தூக்கி வாரிப்போட்டது, அப்பா சிரிப்புடன், ''பொண்ணு யாருடா?'' என்றார்.

''நீங்க வேறப்பா. கனவுல ஜெமினிகணேசன் வந்து, ஒரே பொண்டாட்டி கூட வாழ்றது உனக்கு போரடிக்கலையான்னு கேட்டாருப்பா.அவ்ளோதான்.இவங்கஏத்தி, ஏத்தி சொல்றாங்க...''

''அது எனக்குத் தெரியும்டா. எப்பவும் பொம்பளைங்க சொல்றதுல அம்பது பர்சென்ட்தான் உண்மை இருக்கும்''

''என்ன மாமா நீங்க? ஜெமினிகணேசன் கேட்டதுக்கு கிட்டத் தட்ட அதானே அர்த்தம்'' என்றாள் மாலதி.

''கனவுல அவன் ரெண்டாம் கல்யாணம் கட்டிகிட்டானா?''

''இல்ல. ஆனா போன வருஷம் அவரு கனவுல அடிக்கடி நாய் வந்துச்சு. கனவுல நாய் அவரக் கடிக்கல. ஆனா நிஜத்துல கடிச்சி டுச்சு. அந்த மாதிரி இதுவும் நடக்கும். இவரு வேற உயரமா, சிவப்பா, அழகா இருக்காரு...''

''உயரமா, சிவப்பாதான்டி இருக்கேன். நான் எங்கடி அழகா இருக்கேன்?'' என்றேன் நான்.

''சரி... இப்ப என்னப் பண்ணணுங்கிற?'' என்றார் அப்பா.

''நம்ம ஜோசியரப் போய் பாப்போம். அவரு ஏதாச்சும் பரிகாரம் சொல்வாரு...'' என்றாள் அம்மா.

''ஒருநாள்தானே கனவு வந்துச்சு. மறுபடி வந்தா பாப்போம். எல்லோரும் போய் வேலையைப் பாருங்க...'' என்ற அப்பா அம்மாவிடம், ''நான் 'வஞ்சிக்கோட்டை வாலிபன்' ஏழெட்டுத் தடவை பாத்திருக்கேன். என் கனவுல ஜெமினி கணேசன் வரல. இவன் கனவுல வந்துருக்காரு பாரேன். ம்ஹ்ம்... எல்லாத்துக்கும் ஒரு யோகம் வேணும்...'' என்றபடி அப்பா என்னைப் பொறாமையாக பார்க்க... அம்மா, ''காலம் போன காலத்துல ஆசையப் பாரு...'' என்றபடி மாலதியுடன் சமையலறைக்குச் சென்றாள். என் மகனும், மகளும் என் அருகில் வந்தனர். என் பெண்

கிசுகிசுப்பாக, ''அப்பா... எனக்கு சித்தி வரப்போறாங்களாப்பா?'' என்றாள்.

நான் மெதுவாக, ''ஆமாம் கண்ணு... சித்தி எப்படியிருக்கணும்?'' என்றேன் சமையலறையைப் பார்த்தபடி. ''நல்லா கேட்டரிங் படிச்ச பொண்ணா அழைச்சுட்டு வாங்கப்பா. அம்மாவுக்கு தந்தூரிச் சிக்கன்ல்லாம் செய்யத் தெரியல'' என்றான் என் மகன்.

என் மகள், ''இல்லன்னா... பியூட்டி பார்லர் வச்சிருக்கிற பொண்ணா புடிப்பா. டெய்லி சூப்பரா மேக்கப் பண்ணிகிட்டு ஸ்கூல் போலாம்...'' என்றவள் என் பின்னால் பார்த்துவிட்டு நாக்கைக் கடித்து பேச்சை நிறுத்தினாள். நான் திரும்பிப் பார்த்தேன். பின்னால் துடைப்பக்கட்டையுடன் நின்றுகொண்டிருந்த மாலதி, ''உங்களுக்கு எல்லாம் கிண்டலா இருக்கா?'' என்று துடைப்பக்கட்டையுடன் எங்களைத் துரத்த... நாங்கள் ஓடினோம்.

அன்றிரவு மாடி ரூமிற்கு தலையணையுடன் மாலதி வர... நான் ஆச்சர்யத்துடன், ''என்னடி... எப்பவும் கீழதான படுப்ப...'' என்றேன்.

''உங்கம்மா இனிமே என்னை கீழப் படுக்க வேண்டாம்ன்னு சொல்லிட்டாங்க. மேலத் தனியா படுத்திருக்கான்ல? அதான் கண்ட கண்ட கனவெல்லாம் வருது. இனிமே நீயும் மேல் ரூம்லயே படுத்துக்கன்னு சொல்லிட்டாங்க'' என்ற மாலதி என் தோளில் சாய்ந்துகொண்டு, ''என்னங்க... நான் உங்களுக்கு போரடிச்சுட்டேனா?'' என்றாள்.

''சீ பைத்தியம்...'' என்றேன் அவள் தலைமுடியைக் கோதியபடி.

''நாப்பது வயசுக்கு மேல ஆம்பளைங்கள ஷார்ப்பா வாட்ச் பண்ணனுமாம். அப்ப ஆம்பளைங்களுக்கு புதுசா ஒரு லைஃப் ஸ்டார்ட் ஆவுதாமே. ஏதோ புக்குல போட்டிருந்தான்னு அத்தை சொன்னாங்க.''

''இங்கப் பாரு... என் மேல உனக்கு சந்தேகம் ஏதாச்சும் இருக்கா?''

''இல்ல... ஆனா நீங்க வேற உயரமா, சிவப்பா அழகா இருக்கீங்கள்ல? அதான் கொஞ்சம் பயமா இருக்கு''

''அய்யோ... நான் எங்கடி அழகா இருக்கேன். வெளியச் சொன்னா சிரிப்பாங்கடி''

‘‘அதுவுமில்லாம கொஞ்ச நாளா உங்க நடவடிக்கையே சரியில்ல’’

‘‘என்ன சரியில்ல?’’

‘‘ஏழெட்டு மாசமா நீங்க ஸ்லிம் ஃபிட் சட்டை, ஜீன்ஸ்ல்லாம் போட்டுகிட்டு சின்னப்பையன் மாதிரி ஆஃபிஸ் போறீங்க. முதல்ல எல்லாம் வாரத்துக்கு ஒரு நாள்தான் ஷேவ் பண்ணுவீங்க. இப்பல் லாம் ஒண்ண விட்டு ஒரு நாள் ஷேவ் பண்றீங்க. ‘‘திடீரென்று உங்கள் கணவர் தங்கள் தோற்றத்தில் மிகுந்த அக்கறை காட்டினால் நீங்கள் எச்சரிக்கையாக இருக்கவேண்டும்’னு ஒரு புக்குல போட்டிருந்தான்.’’

‘‘மாலு... ஒத்துக்குறேன். தோற்றத்துல திடீர்னு அக்கறை காட்டறேன். அதுக்கு காரணம்... வயசாகறத நம்ப மனசு ஏத்துக்கிறதில்ல. அதனால சின்னப்பையன் மாதிரி காமிச்சுக்கிறது க்காக இந்த மாதிரி ட்ரெஸ் போடுறேன். நரைமுடில்லாம் தெரியுது. அதனால ஒண்ணு விட்டு ஒரு நாள் ஷேவ் பண்ணிக்கிறேன். எல்லாத்தையும் சந்தேகக் கண்ணோடப் பாக்காத மாலு’’

‘‘அதுவுமில்லாம அமெரிக்காவுல ஒரு ஆராய்ச்சி பண்ணி னாங்களாம். ஒரு ஆம்பளையால ஒரே சமயத்துல அஞ்சுப் பொண்ணுங்கள முழுசா நூறு சதவீதம் லவ் பண்ணமுடியுமாம்’’

‘‘ஏன்டி... இந்த காலத்துல, ஒரு பொண்ண லவ் பண்றவனே நொந்து நூலாயிப் போயிடுறான். அஞ்சுப் பொண்ண ஒரே சமயத்துல லவ் பண்ணினா, சட்டையக் கிழிச்சுகிட்டு ரோட்டுலதான் திரியணும். இதையெல்லாம் உனக்கு யாரு சொல்றா?’’

‘‘ஒரு புக்ல போட்டிருந்தான்’

‘‘புக்கு... புக்கு... புக்கு... முதல்ல வீட்டுல புத்தகம் வாங்குறதையே நிறுத்துறேன்’’

விடியற்காலையில் மீண்டும் அந்தக் கனவு. இந்த முறை ஜெமினி கணேசன், மாமி மெஸ்ஸில் என்னோடு பொடி தோசை சாப்பிட்டுக்கொண்டே பேசினார். தெப்பக்குளத்தில் விட்ட இடத்திலிருந்து பேச ஆரம்பித்தார்.

‘‘மிஸ்டர் ஸ்ரீராம்... ஒரே பொண்ணு கூட வாழ்க்கை நடத் திகிட்டு, ஒரே பொண்ணுக்கு புடவை வாங்கி கொடுத்துகிட்டு, ஒரே சாம்பார சாப்பிட்டுகிட்டு... சே... அதெல்லாம் ஒரு லைஃபா?’’ என்றார்.

''எனக்கு புரியுது சார். ஆனா இப்பல்லாம் பெண்கள பாதுகாக்கறதுக்கு நிறைய புது சட்டம் வந்துருச்சு. ஒரு பெண்ணோட மனசுல நெருடல் ஏற்படுற மாதிரி உத்து உத்துப் பாத்தாக் கூட அவன ஜெயில்லத் தூக்கிப் போடலாம்ன்னு சட்டம் சொல்லுது...''

''அப்படிப் பாத்தா உலகத்துல இருக்கிற அத்தனை ஆம்பளையும் ஜெயில்லதான் கிடக்கணும்''

''ஹி.. ஹி... ஆமாம். அப்புறம்... குடும்ப வன்கொடுமைத் தடுப்பு சட்டம்னு ஒண்ணு இருக்கு. அதுபடி மனைவி மனம் புண்படும்படி நடந்துக்கிட்டா, அதுக்கும் உள்ளத் தூக்கிப் போடலாம்''

''அப்படியா? இப்ப உன் பொண்டாட்டி தினம் சாப்பாட்டுல உப்பு கம்மியாப் போடுறா. நீ என்னாத்தடி சமைக்கிறன்னு கோபமா கேக்குற. அதுல அவ மனசு புண்பட்டுடிச்சின்னா உன்னை ஜெயில்ல போட்டுரலாமா?''

''போலீஸ்ல அந்த மனம் புண்படுற செக்ஷன்ல கம்ப்ளைன்ட் பண்ணா உள்ளத் தள்ளிடுவாங்க...''

''ஆத்தாடியோவ்... இருந்தாலும் சொல்றேன் கேளு. நாப்பது வயசுக்கப்புறம் நமக்கு வயசான மாதிரியே ஃபீலிங் வரும். நீ மட்டும் இன்னொரு கல்யாணம் பண்ணிப் பாரு. சின்னப் பையனாட்டம் ஆயிடுவ...'' என்று கூறியபோது கனவு கலைந்து திடுக்கிட்டு எழுந்தேன். என் உடல் அசைவில் என் தோளில் சாய்ந்திருந்த மனைவியும் விழித்துக்கொண்டாள்.

''ஏன் உங்களுக்கு இப்படி வேர்க்குது. ஜெமினி மறுபடியும் கனவுல வந்தாரா?''

''ஆமாம்....''

''என்ன சொன்னாரு?''

சொன்னேன்.

''இந்த ஜெமினிகணேசனுக்கு வேற ஆளே கிடைக்கலியா? கடவுளே... ஏன்டாப்பா இப்படி என்னை சோதிக்கிற? இந்தத் தடவை இன்னொரு கல்யாணம் பண்ணிக்கோன்னே சொல்லிட்டாரா?''

''ஆமாம்...''

''அதுக்கு நீங்க என்ன சொன்னீங்க?''

"நான் ஒண்ணும் சொல்லல"

"ஏன்... வாயத் திறந்து அதுல்லாம் முடியாது. தப்புன்னு சொல்லவேண்டியதுதானே. வாய மூடிகிட்டு அமுக்குணி மாதிரி கேட்டுட்டு வந்துருக்கீங்க"

"ஏன்டி... என்னமோ நேர்ல பேசின மாதிரி சொல்ற. அதோட கனவு கலைஞ்சிடுச்சிடி.."

"உங்க மனசுக்குள்ள அந்த ஆசை இருக்கு. அதான் திருப்பி திருப்பி ஜெமினிகணேசன் கனவா வருது. உள் மன ஆசைகள்தான் கனவா வரும்னு ஒரு புக்குல போட்டிருந்தான்"

"ஏய்... புக்கு, புக்குன்னு சொல்லி ஏன்டி என் உயிரை எடுக்குற... அறிவுகெட்ட முண்டம்..." என்றேன் நான் கோபத்துடன்.

"அய்யோ... முதல்ல எல்லாம் நான் என்ன சொன்னாலும் பிடிச்சு வச்ச பிள்ளையார் மாதிரி கம்முன்னு உக்காந்துருப்பீங்க. இப்ப திட்ட ஆரம்பிச்சிட்டீங்க. என்னமோ நடக்கப்போகுது... அத்தை..." என்று சத்தமாக அழைத்தபடி மாலதி வேகமாக எழுந்து கதவைத் திறந்துகொண்டு சென்றாள்.

இந்திய-பாகிஸ்தான் எல்லையில் படைத்தளபதிகள் தீவிரமாக மேப்பைப் பார்ப்பது போல் ஜோசியர் எனது ஜாதகக் கட்டங்களை நெடுநேரமாக பார்த்துக்கொண்டிருந்தார். பென்சிலால் ஜாதகத் தின் ஓரத்தில் ஏதோ கணக்கு மாதிரி போட்டார். பின்னர் பென்சிலால் சில கட்டங்களை இணைத்தார். என் முகத்தையும், ஜாதகத்தையும் மாற்றி மாற்றி உற்றுப் பார்த்தார். நான் மனதிற்குள், "இந்தாளு என்ன குண்டத் தூக்கிப் போடப் போறானோ..." என்றபடி திகிலுடன் அவரைப் பார்த்துக்கொண்டிருந்தேன். இறுதியில் ஒரு முடிவுக்கு வந்த ஜோசியர், "உங்களுக்கு எத்தனை நாளா இந்த மாதிரி கனவு வருது?" என்றார்.

"இப்பதான் சார்... ஒரு ரெண்டு நாளா வருது..."

"ம்... ரெண்டு நாளைக்கு முன்னாடி உங்க ஆஃபிஸ்ல யாராச்சும், கல்யாணமாகாத பொண்ணு புதுசா வேலைல சேந்துருக்காங்களா?"

"ஆமாம் சார்..."

ஜோசியர் "எப்பூடி..." என்பது போல் என் அம்மாவையும், மனைவியையும் பார்க்க... அவர்கள் "தெய்வமே..." என்பது போல் ஜோசியரைப் பார்த்தனர். தொடர்ந்து அவர், "அந்தப் பொண்ணு பேரு என்ன?" என்றார். நான் வெள்ளந்தியாக

''சாவித்திரி...'' என்று கூற... ''சாவித்திரியா?'' என்று ஜோசியர், அம்மா, மாலதி... மூவரும் கத்திய கத்தலில் எனக்கு வெலவெலத்துப் போய்விட்டது. அப்புறம்தான் சாவித்திரியும் ஜெமினிகணேசனின் மனைவி என்பது நினைவிற்கு வந்தது. ஜோசியர், ''தி கேஸ் இஸ் ஓவர்...'' என்பது போல் பென்சிலை ஜாதகக் கட்டங்களின் மீது வீசி எறிந்துவிட்டு, ''அந்தப் பொண்ணு அழகா இருக்குமா?'' என்றார். நான் தயக்கத்துடன் மாலதியைப் பார்த்தேன்.

''பரவால்ல சொல்லுங்க. டாக்டர்கிட்டயும், ஜோசியர்கிட்டயும் உண்மைய மறைக்கக்கூடாது''

''அட்டகாசமா இருப்பா சார். அதுலயும் மூக்குல ஒரு மச்சம் இருக்குப் பாருங்க... சான்ஸே இல்ல சார். அந்த மச்சத்தப் பத்தி பாக்குறவன் அத்தனைப் பேரும் ஆளுக்கொரு கவிதை எழுதி சட்டைப் பாக்கெட்ல வச்சுகிட்டு திரியறாங்க''

அப்போது என் மனைவி என்னைப் பார்த்த பார்வையில் என்னை உயிரோடு எரிப்பதற்கு போதுமான அளவு நெருப்பிருந்தது.

''ஸோ... இதான் பிரச்னை'' என்றபடி என் ஜாதகத்தை உற்றுப் பார்த்தவரின் நெற்றி சுருங்கியது. அருகிலிருந்த ஒரு புத்தகத்தை எடுத்துப் பார்த்த ஜோசியரின் முகம் சட்டென்று பிரகாசமாக, ''ஐ காட் இட்...'' என்று என் ஜாதகத்தின் மீது நங்கென்று குத்தினார்.

''என்ன ஜோசியரே?'' என்றாள் மாலதி பதட்டத்துடன்.

''உங்க கணவர் சிம்ம லக்னம். உத்திராட நட்சத்திரம். ஜெமினி கணேசனும் அதே சிம்ம லக்னம், உத்திராட நட்சத்திரம்தான்'' என்று ஜோசியர் கூறியவுடன் நாங்கள் மூவரும் ''வாட்?'' என்று அதிர்ச்சியில் எழுந்து நின்றுவிட்டோம். சில வினாடிகள் என்னை கண்கலங்கப் பார்த்த மாலதி, ''நான் என்னங்க உங்களுக்கு குறை வச்சேன்'' என்றாள்.

''ஒண்ணுமே நடக்கலையேடி. நீ ஏன்டி நான் ரெண்டாம் கல்யாணம் பண்ணிகிட்டு வந்த மாதிரியே பேசற?'' என்றேன்.

''அதான் ஜாதகம் சொல்லுதே...''

''ஒருத்தர் ஜாதகத்தப் பார்த்து அவருக்கு ரெண்டாம் கல்யாணம் இருக்குமான்னு சொல்லமுடியுமா ஜோசியரே?'' என்றாள் அம்மா.

''பேஷா சொல்லலாம். சுக்கிர நாடிங்கிற புத்தகத்துல இதைப் பத்தி டீடெய்லா சொல்லியிருக்காங்க. ஒருத்தரோட ஜாதகத்துல ஏழாவது இடம்தான் லைஃப்பார்ட்னருக்கான இடம். ஏழிற்குரிய கிரகம் எத்தனை கிரகங்களுடன் சேர்ந்திருக்குமோ அவனுக்கு அத்தனை தாரம்னு சொல்வாங்க''

நான் ஆர்வத்துடன், ''என் ஏழாம் கிரகம், எத்தனை கிரகங்களோட சேர்ந்திருக்கு சார்?'' என்று கேட்க... ஜோசியர் என்னை முறைத்தார். மாலதி என் தொடையில் கிள்ள... நான் வலியோடு ஜோசியரைப் பார்த்து அசடு வழிய சிரித்தேன். தொடர்ந்து ஜோசியர். ''கோச்சாரப்படி பாத்தா...'' என்று ஐந்து நிமிடங்கள் ஜாதகத்தின் டெக்னிகல் டீடெய்ல்ஸை சொல்லி இறுதியாக ''உங்க புருஷன் ரெண்டாவது கல்யாணம் பண்ணிக்கிறதுக்கான அறிகுறில்லாம் தெரியுது.'' என்றார்.

''இதுக்கு பரிகாரம் இருக்கா?''

''நிச்சயமா இருக்கு. கைல என்ன மோதிரம் போட்டுருக்கீங்க?'' என்றார். நான் கையை நீட்டினேன். மோதிரத்தைப் பார்த்து முகம் மாறிய ஜோசியர், ''ரெண்டு கல்லு மோதிரம் போட்டிருக்காரு. அதான் பிரச்னை. ஒரு கல்லு மோதிரம் போடுங்க. எல்லாம் சரியாயிடும். ஆனா வெளில வாங்கி வைக்கிற கல்லுல தோஷம் இருக்கும். தோஷ நிவர்த்தி பண்ணின கல்லுல நானே மோதிரம் செஞ்சி ரெடிமேடா வச்சிருக்கேன். அதைப் போடுங்க. அஞ்சாயிரம் ரூபாய் செலவாகும்...'' என்று கூற நான் அதிர்ச்சியுடன் மாலதியை நோக்கினேன்.

''அது பரவால்ல. கனவுல ஜெமினி கணேசன் வராம இருக்கிற மாதிரி நல்லா பூஜை பண்ணி தாங்க'' என்றாள் மாலதி.

அன்றிரவு மாலதி அந்த மோதிரத்தை என் விரலில் மாட்டிவிட்டு வானை நோக்கி கையெடுத்துக் கும்பிட்டு, ''கடவுளே... இனிமே இவரு கனவுல ஜெமினிகணேசன் வரக்கூடாது'' என்று வேண்டிக் கொண்டாள்.

மறுநாள் காலை நான் எழுந்தபோது, ஏற்கனவே விழித்திருந்த மாலதி ஆர்வத்துடன், ''கனவுல ஜெமினி கணேசன் வந்தாரா?'' என்றாள்.

''வரல...'' என்றேன்.

"அப்பாடா... கடவுளே..." என்று கன்னத்தில் போட்டுக் கொண்டாள்.

"நல்ல மோதிரம் மாலு. ஜெமினி கணேசன் வராதது மட்டுமில்ல. கடவுளே கனவுல வந்துட்டாரு..."

"அப்படியா?" என்றாள் மாலதி முகம் மலர.

"வள்ளி, தெய்வயானையோட சாட்சாத் முருகப்பெருமானே வந்துட்டாரு. என்னா ஒரு தரிசனம்..." என்றேன் நான்.

★★★

ஆனந்த விகடன்
மே 14, 2014

2

# L.காயத்ரி
# M.காயத்ரி
# S.காயத்ரி

காயத்ரிக்களுக்கு
வயதானாலும்
காயத்ரிஎன்ற பெயருக்கு
வயதாவதேயில்லை

-கவிஞர் நா.முத்துக்குமாரின்,
''அ''னா ஆவன்னா கவிதைத்
தொகுப்பிலிருந்து

தமிழ்நாட்டில் ஒவ்வொரு பெண் பெயருக்கும் ஒரு ஸீஸன் இருக்கிறது. சிறுவயதில் எனக்கு விபரம் தெரிந்து முதலில் பார்த்தது ''சரோஜா'' ஸீஸனைத்தான். ஊரில், எங்கள் தெரு பைப்படியில் நின்றுகொண்டு, ''சரோஜாக்கா'' என்று கூப்பிட்டால், மொத்தம் 10 சரோஜாக்காக்கள், ''என்ன சரவணா?''

என்று எட்டிப் பார்ப்பார்கள். இந்த சரோஜாக்காக்கள் பொதுவாக துடுக்குத்தனமாக பேசுபவர்களாகவும், அடிக்கடி ''சிட்டுக்குருவி முத்தம் கொடுத்து...'' பாடலை முணுமுணுப்பவர்களாகவும் இருந்தார்கள்.

அப்புறம் ''கவிதா'' ஸீஸன் வந்தது. எங்கு போனாலும் நீங்கள் கவிதா முகத்தில்தான் விழித்தாகவேண்டும். நீங்கள் கோயிலுக்குச் சென்றால், வாசலில் பூ விற்கும் கவிதாவைப் பார்த்துக்கொண்டே, அர்ச்சனைக்கூடையுடன் வரும் கவிதாவின் மீது மோதி, நெய்விளக்குடன் வரும் கவிதா மேல் விழுந்து... கோயிலிலிருக்கும் அத்தனை கவிதாக்களும், ''ஏன்டா... உனக்கு கண்ணுத் தெரியலயா?'' என்பார்கள். பிறகு கொஞ்ச காலத்துக்கு ''சுமதி'' ஸீஸன் தூள் கிளப்பியது. பள்ளியில் ஆசிரியர்கள் ''சுமதி...'' என்று அழைத்தால், ஏழெட்டு சுமதிகள் எழுந்து நிற்பார்கள். ஆசிரியர்கள் வெறுத்துப் போய், சுமதிகளை எல்லாம் கண்டபடி திட்ட ஆரம்பித்த பிறகுதான், தமிழர்களின் ''சுமதி'' மோகம் குறைந்தது

என் இளமைக்காலம் காயத்ரிக்களால் நிரம்பி வழிந்தது (இப்போதும் இன்டர்நெட் கூகுள் சர்ச்சில், ''காயத்ரி'' என்று டைப் செய்தால், 26 வினாடிகளில் மொத்தம் 15 லட்சம் காயத்ரிகளை காண்பிக்கிறது (30.1.2014 நிலவரப்படி). ஒரு கல்யாண வீட்டில் நீங்கள் காயத்ரி என்று சத்தமாக அழைத்தால், பத்து காயத்ரிகள் வந்து நிற்பார்கள். நாங்கள் காயத்ரிகள் வீட்டில் குடியிருந்து, காயத்ரி அப்பா கடையில் காய்கறி வாங்கி, காயத்ரி டெய்லர்ஸில் துணிகள் தைத்து... அப்பப்பா... எத்தனை காயத்ரிகள். கிட்டத்தட்ட இதே காலகட்டத்தில் சந்தியா என்ற பெயரும் பிரபலமடைந்திருந்தாலும், பொதுவாக சந்தியாக்கள் சாந்தமாக, எந்த ஆணையும் ஏறெடுத்துப் பார்க்கமாட்டார்கள் என்ற மூடநம்பிக்கை நிலவியது. எனவே காயத்ரிகள்தான் இளைஞர்களின் இதயங்களில் காதல் தீபம் ஏற்றினார்கள் (இந்தத் தருணத்தில் இன்னொரு விஷயத்தை பிராக்கெட்டில் கூடச் சொல்லாமல் விட்டால் என் கட்டை வேகாது. எங்கள் தெருவில் குடியிருந்த வீராச்சாமி வேலைவெட்டிக்குப் போகாமல் வீட்டிலேயே இருந்ததால், சரோஜா ஸீஸனிலிருந்து ஸ்வேதா ஸீஸன் வரையிலும் பத்துப் பெண் பிள்ளைகளைப் பெற்று, அனைவருக்கும் அந்த ஸீஸன் பெயரை வைத்த நற்செய்தியை தமிழர்கள் அவசியம் அறிந்துகொள்ளவேண்டும்).

ஏனோ தெரியவில்லை... சுமதிகளாலும், கவிதாக்களாலும் சலனப்படாத என் மனதை முதலில் சலனப்படுத்தியது காயத்ரிகள்தான்.

நான் பி.எஸ்ஸி., கணிதம் முதலாமாண்டு படித்தபோது, எனது முதல் காயத்ரியை சந்தித்தேன். ஒரு நாள் வழக்கம்போல் நண்பர்களுடன் டீக்கடையில் உட்கார்ந்திருந்தபோது, ஒரு பெண்ணின் சிரிப்பு சத்தம் கேட்டது. அந்த சிரிப்பு அடக்கமாகவும் இல்லாமல், அதே சமயத்தில் ஆர்ப்பாட்டமாகவும் இல்லாமல், ஒரு மாதிரி மயக்கும் கவித்துவமும், காமத்துவமும் கலந்த ஒரு சிரிப்பாக இருந்தது. திரும்பிப் பார்த்த நான் அசந்துபோனேன். யாரோ ஒரு தோழியுடன் சிரித்தபடி அவள் நடந்து வந்து கொண்டிருந்தாள். அழகிய முகம். பெரிய கண்களைச் சுற்றி அழகாக மை தீட்டியிருந்தாள்.

''யார்றா அது?'' என்றேன் பிரபாகரிடம்.

''பேரு காயத்ரி. எல். காயத்ரி. உத்தர நட்சத்திரம், சிம்ம ராசி. தஞ்சாவூர் ராஜா மிராசுதார் ஆஸ்பத்திரிலதான் பிறந்தா. நம்மூருக்கு வந்து 17 நாள்தான் ஆவுது. ப்ளஸ் டூ மேத்ஸ் ஃபெயிலு. நம்ம மூர்த்தி ட்யூசன் சென்ட்டர்ல ட்யூசன் போகுது." என்று பிரபாகர் சொல்லிக்கொண்டே போக, காயத்ரி எங்களை நெருங்க... ''போதும் நிறுத்துரா....'' என்றேன். காயத்ரி மல்லிகைப்பூ வாசனையுடன் என்னைக் கடந்த நிமிடத்தில், ''இவதான்டா என் பொண்டாட்டி'' என்றேன் நண்பர்களிடம்.

அவளை எப்படி பிக்அப் செய்வது என்று புரியவில்லை. ட்யூசன் சென்ட்டரைத் தவிர காயத்ரி வேறு எதற்கும் வெளியே வருவதில்லை. அதனால் வேறு வழியின்றி, ப்ளஸ் டூ கணக்கில் 185 மார்க் எடுத்துவிட்டு, பிஎஸ்ஸி கணிதம் படித்துக்கொண்டிருந்த நான், அவள் படித்த டுடோடரியலிலேயே ப்ளஸ் டு மேத்ஸ் ட்யூசன் சேர்ந்தேன். நல்லவேளையாக அந்த சென்ட்டரில் எனக்குத் தெரிந்த பசங்கள் யாரும் இல்லை. மாஸ்டர் சந்தேகமாக, ''ஏன்ம்ப்பா... நீ ப்ளஸ் டு ஃபெயிலா?'' என்றார்.

''ஃபெயிலாவாம யாராச்சும் மேத்ஸ் ட்யூசன் சேருவாங்களா சார்?''

''அதானே...'' என்று ட்யூசனில் சேர்த்துக்கொண்டார். மேத்ஸ் வகுப்பில் நுழைந்தவுடனேயே அந்த கிக்கான சிரிப்பு சத்தம் கேட்க... கிக் வந்த திசையை நோக்கினேன். காயத்ரிதான். நான் அவளைப் பார்ப்பதை காயத்ரி கவனித்துவிட்டாள்.

ஒரு ஆண் தன்னைப் பார்க்கும்போது பெண்கள் காட்டும் விதவிதமான ரியாக்‌ஷன்களை யாராவது ஆராய்ச்சி செய்து பிஹெச்டி பட்டம் வாங்கலாம். ஒரு ஆண் தன்னைப் பார்ப்பதை உணர்ந்தவுடன், முதலில் அவர்கள் சட்டென்று முகத்தைக் குனிந்துகொள்வார்கள். பிறகு மெல்ல நிமிரும்போது உதட்டில் தெரியும் அலட்டலான சிரிப்பு, ஒரு சிறுகாவியம். பிறகு அந்தக் கண்கள் செய்யும் வித்தைகள் பெருங்காவியம். தன்னை ஒருவன் பார்ப்பது குறித்த பெருமையும், அதே சமயத்தில் கொஞ்சம் பயமும், அதே சமயத்தில் யாராவது கவனித்துவிடுவார்களோ என்ற தவிப்பும், மறுபடியும் பார்க்கமாட்டானா என்ற ஏக்கமும் கலந்து அது ஒரு தனிப் பார்வை பாஸ். அந்தத் தனிப் பார்வையை அவள் என் மீது எய்ய, நான் கப்பென்று பிடித்து நெஞ்சுக்கூட்டில் பத்திரமாக வைத்துக்கொண்டேன்.

ஒரு மாதத்தில் குட்டிகுட்டியாய் சம்பவங்கள். அவள் ஒரு முறை பேனாவைக் கீழே போட்டு எடுக்க, நானும் என் பேனாவை வேண்டுமென்றே கீழே போட்டு எடுத்தேன். அதை அவள் கவனித்துவிட்டு முறைத்தாள். மறுநாள் அவள் பென்சிலைக் கீழே போட, நானும் வேண்டுமென்றே பென்சிலைக் கீழே போட்டேன். இப்போது அவள் முறைத்த முறைப்பில் ஒரு பிரியம் கலந்திருந்தது. அடுத்தடுத்த நாட்களில் நோட்டுப்புத்தகம், ரப்பர்... என்று எதையாவது கீழே போட்டு எடுத்துக்கொண்டேயிருந்தோம்.

ஒருநாள் என்னை ஓரக்கண்ணால் பார்த்துக்கொண்டே, உலகில் நான் மட்டுமே அறிந்துகொள்ளும் ஒரு அதிரகசியப் புன்னகையுடன் கர்ச்சீப்பை வேண்டுமென்றே கீழே போட்டாள். நான் எனது கர்ச்சீப்பையும் கீழே போட, முகம் மலர சிரித்தாள். நான் சிரித்தபடி என் கர்ச்சீப்பை எடுக்கக் குனிந்தேன். சட்டென்று முடிவுசெய்து, அவள் கர்ச்சீப்பையும் எடுத்து என் பாக்கெட்டில் வைத்துக்கொள்ள... அவள் முறைத்தாள். அந்த முறைப்பில் செல்லம், கனிவு, பிரியம், அன்பு போன்றவற்றோடு லைட்டாக காதலும் கலந்திருந்தது.

வகுப்பு முடிந்து வரும்போது பின்னாலிருந்து, ''ஹலோ... எக்ஸ்க்யூஸ் மீ...'' என்று குரல் கேட்டது. திரும்பினேன். பின்னால் எல். காயத்ரி நின்றுகொண்டிருந்தாள்.

''எஸ்...'' என்றேன்.

''என் கர்ச்சீப்பத் தர்றீங்களா?''

''என்ன கர்ச்சீப்?''

''விளையாடாதீங்க. என் கர்ச்சீப்பத் தாங்க''

''ஆக்ச்சுவலா... ஐ லைக் லேடீஸ் கர்ச்சீப். உலகத்துலயே மிகச் சிறந்த வாசனை, பெண்களோட கைக்குட்டைலதான் இருக்கிறதா கண்டுபிடிச்சிருக்காங்க''

''உவ்வே...'' என்று அவள் குமட்டிய அழகிற்கு தாஜ் மஹாலையே பரிசாக அளிக்கலாம்.

''கர்ச்சீப்பத் தாங்க. வீட்டுக்குப் போகணும்''

''எனக்காக இதைக் கூடத் தரமாட்டீங்களா?''

''உங்களுக்காக ஏன் தரணும்?''

''பின்ன... ப்ளஸ் டூல கணக்குல 185 மார்க் வாங்கிட்டு, உங்களுக்காக ப்ளஸ் டூ மேத்ஸ் ட்யூசன் சேந்துருக்கேன். இதைக் கூட தரமாட்டீங்களா?''

''சும்மா கதை விடாதீங்க''

''நிஜமாதான்....'' என்று என் சட்டைப் பாக்கெட்டிலிருந்து கல்லூரி அடையாள அட்டையை எடுத்து நீட்டினேன். அதைப் பார்த்துவிட்டு, என்னைப் பார்த்த அவள் கண்களில் தெரிந்த வெளிச்சத்தில், கீழே விழுந்த குண்டூசியைத் தேடிக் கண்டுபிடிக்கலாம். இந்த வெளிச்சத்திற்காகத்தான் நான் காத்துக் கொண்டிருந்தேன். தயாராக வைத்திருந்த காதல் கடிதத்தை எடுத்து நீட்டினேன். அவள் கண்களில் பெரும்காதலுடன் அதை வாங்கக் கையை நீட்டியபோது, வேறொரு கை அதைக் குறுக்கே நீட்டிப் பறித்தது. திகிலுடன் நிமிர்ந்த எல். காயத்ரி, ''அப்பா...'' என்று அலறினாள்.

காயத்ரியின் அப்பா ஜென்டில்மேன். கோபமாக காச்மூச்சென் றெல்லாம் கத்தாமல், ''தம்பி... நீ போஸ்ட்மாஸ்ட்டர் சுந்தரம் பையன்தானே... உங்கப்பாகிட்டயே இந்த லெட்டரக் கொடுத்துடுறேன்'' என்று கூறிவிட்டுச் செல்ல.... நான் பயந்துபோய் வீட்டுக்குப் போகாமல், ஊரைச் சுற்றிவிட்டு ராத்திரி 10 மணிக்கு மேல்தான் வீட்டிற்குப் போனேன். அங்கு எனக்கு ஏராளமான அதிர்ச்சிகள் காத்திருந்தன.

சோஃபாவில் பக்கத்து ஊர்களில் கட்டிக்கொடுத்திருந்த என் மூன்று அக்காள்களின் கணவர்களும் அமர்ந்திருந்தார்கள். நான் மெதுவாக ஹாலில் நுழைய... அம்மா ஃபோனில் பேசிக் கொண்டிருந்தார். அம்மாவின் அருகில் நின்றிருந்த அக்காக்கள் என்னைப் பார்த்தவுடன் முகத்தைத் திருப்பிக் கொண்டார்கள். அப்பா என்னை, அட் எ டைமில் ஐந்து பெண்ணை கையைப் பிடித்து இழுத்தவனைப் பார்ப்பது போல் பார்த்தார். அம்மா ஃபோனில், ''ஆமாண்ணன்... நீ வந்து விசாரிண்ணன். அம்மாவுக்கும், அப்பாவுக்கும் சொல்லிட்டேன். அவங்க லால்குடிலருந்து கார் பிடிச்சு வந்துட்டிருக்காங்க'' என்றார். எனக்கு ஒன்றுமே புரியவில்லை. அம்மா ஒழுக்கத்தில் மிகவும் கண்டிப்பாக இருப்பார். அதற்காக இவ்வளவு ஆர்ப்பாட்டம் பண்ணுவார் என்று நினைக்கவேயில்லை. வாசலில் கார் வந்து நிற்கும் சத்தம் கேட்க... திரும்பிப் பார்த்தேன். தாத்தாவும், பாட்டியும் காரிலிருந்து வேகமாக இறங்கினர். பாட்டி இழவு வீட்டில் அழுதுகொண்டே நுழைவது போல் ''கமலா... நான் பெத்த மவளே...'' என்று கண்களைக் கசக்கியபடி உள்ளே நுழைந்தார்.

பாட்டியைப் பார்த்தவுடன் அம்மா, ''அம்மா... இந்தப் பயல எப்படி வளர்த்தேன்ம்மா. இப்படிப் பண்ணிப்புட்டானே...'' என்று பாட்டியைக் கட்டிப்பிடித்துக்கொண்டு அழ... நான், ''அம்மா... நான் லவ் லெட்டர்தானம்மா கொடுத்தேன். அதுக்கு ஏன் ஊரையே கூட்டியிருக்க..'' என்று கத்தினேன்.

''நீ பேசாதடா. அப்பா... இந்த லெட்டரப் பாருங்கப்பா...'' என்று தாத்தாவிடம் அம்மா லெட்டரை நீட்ட... பாட்டி, ''சத்தமாப் படிச்சுடுங்க'' என்றார். எனக்கு வெட்கம் பிடுங்கித் தின்றது. தாத்தா கண்ணாடியை மாட்டிக்கொண்டு, ''என் இதயத்தில் இறங்கிவிட்ட இனியவளே...'' என்று வாசித்தவர் என்னை நோக்கி, ''இனியவளேக்கு மூணு சுழி ''ணி'' போட்டிருக்க. உனக்கெல்லாம் ஒரு லவ்வு...'' என்று என் மண்டையில் தட்டிவிட்டு தொடர்ந்து படித்தார், ''மின்னல் போல் மின்னும் மின்மினிப்பூச்சியே... உன் தலைப்பின்னலுக்குள் எப்படியடி என்னை முடிந்து வைத்தாய்...'' என்று படித்த தாத்தா, ''தூ... ஏன்டா அவ ஜடைக்குள்ள போய் படுத்துக்கிறதுக்கா உன்னை வளக்கறோம்...'' என்றார்.

இப்போது அம்மா அப்பாவை நோக்கி, ''பாத்துகிட்டு கல்லு மாதிரி உக்காந்திருக்கீங்களே... அப்படியே குமட்டுல குத்துங்க''

என்று வன்முறையைத் தூண்டிவிட... அப்பா மடேரென்று என் கன்னத்தில் ஒரு போடு போட்டுவிட்டு, "ம்... படிங்க" என்றார். "பெண்ணே... நீ என் மனதிற்குள் ஒட்டிக்கொண்ட பாசி. உனக்கு முன் என் அப்பாம்மால்லாம் தூசி... நீ சரியென்று சொன்னால் அவர்களை அனுப்பிடுவேன் காசி..." என்று தாத்தா தொடர்ந்து படிக்க... அம்மா, "நேத்திக்கு வந்தவளுக்காக எங்களை தூசியாக்கி, காசிக்கு அனுப்பறங்கறானே... பாத்துகிட்டு நிக்கிறீங்களே..." என்று அம்மா மீண்டும் அப்பாவிடம் வன்முறையைத் தூண்ட... அப்பா காலால் எட்டி என் இடுப்பில் உதைக்க, நான் பொத்தென்று என் அக்காக்களின் மடியில் விழுந்தேன்.

"சீ போ... பொறுக்கி நாயே..." என்று அக்காக்கள் என்னைத் தள்ளிவிட நான் எழுந்தேன். மீண்டும் அப்பா என்னை அடிக்க வர... நான் ஆவேசத்துடன், "ஒரு நிமிஷம் நில்லுங்க. இங்க இருக்கிற எல்லா ஆம்பளைங்களையும் கேக்குறேன். உங்க வாழ்க்கைல நீங்க யாருக்கும் லவ் லெட்டர் தரலன்னு சொல்லுங்க பாப்போம்" என்று கூற சடாரென்று அங்கு மரண அமைதி நிலவியது. அப்பா ஓங்கிய கையை இறக்கிக்கொண்டார். என் தாத்தா உட்பட அத்தனை ஆண்களும் தலையைக் குனிந்துகொண்டு நிற்க... நான் வெளியே வந்தேன். உள்ளே அம்மா பாட்டியிடம், "ஏம்மா... நம்ம வீட்டுல ஒரு ஆம்பள கூட உருப்படி இல்லையா?" என்று கேட்டது மெலிதாக என் காதில் விழுந்தது.

அதன்பிறகு எல்.காயத்ரியின் அப்பா அடுத்த முகூர்த்தத்திலேயே, காயத்ரியின் மாமா பையனுக்கு அவளைத் திருமணம் செய்து வைத்தார். இந்த மாமாப் பையன்கள், அவசரத்திற்கு கை... ஸாரி தாலி கொடுக்கவென்றே படைக்கப்பட்டிருக்கிறார்கள். இந்த மாமாப் பையன்களை நாடு கடத்திவிட்டால், பாதி காதல் இங்கே ஜெயித்து விடும்.

ஓராண்டு கழித்து, ஒரு டிசம்பர் லீவில் பக்கத்து ஊரில் கட்டிக்கொடுத்திருந்த அக்கா வீட்டுக்குச் சென்றிருந்தேன். அது மார்கழி மாதம் என்பதால், அக்கா தினந்தோறும் விடியற்காலை எழுந்து கோலம் போடுவாள். என்னையும் எழுப்பிவிட்டு, அவள் கோலம் போடும்போது லாந்தர் விளக்கில் வெளிச்சம் காண்பிக்கச் சொன்னாள். தூக்கக் கலக்கத்துடன் வெளியே வந்த நான் எதிர்வீட்டைப் பார்த்தவுடன் மனதிற்குள் "லாலாலா". எதிர்வீட்டு வாசலில், பாவாடை தாவணியுடன், அவ்வளவு காலையிலேயே

ஜி. ஆர். சுரேந்தர்நாத்

தலைக்குக் குளித்துவிட்டு, ஈரத்துண்டால் தலையில் கொண்டைப் போட்டுக்கொண்டு, ஏற்கனவே போட்டு முடித்த கோலத்தில் கலர்ப்பொடியைத் தூவிக்கொண்டிருந்தாள் அந்தப் பெண். முகம் தெரியவில்லை.

என் அக்கா, ''என்ன காயத்ரி... கோலத்த முடிக்கப்போற போலிருக்கு'' என்றாள். மீண்டும் காயத்ரி. மனதிற்குள் மீண்டும் லாலாலா. ''ஆமாம்க்கா...'' என்று அவள் நிமிர்ந்தபோது, யாரோ தலையில் ஒரு குடம் தண்ணீரைக் கொட்டியது போல் குளிர்ந்து போனது. அவ்வளவு அழகு. எல். காயத்ரியின் அழகு குத்துவிளக்கு என்றால், இந்த காயத்ரி கோயிலில் எரியும் குத்துவிளக்கு. அழகோடு கடவுள் லேசாக தெய்வீகத்தையும் கலந்திருந்தார்.

அக்கா கோலம் போட ஆரம்பிக்க... நான் விளக்கு வெளிச்சத்தைக் காண்பித்தபடியே காயத்ரியைக் கவனித்தேன். அவள் புறங்கையால் தனது நெற்றி வியர்வையைத் துடைத்தபோது கலர்ப்பொடி முகத்தில் அங்கங்கு தீற்றலாக ஒட்டிக்கொண்டு, அவள் அழகை இன்னும் உயரத்திற்குக் கொண்டு சென்றது. மனதிற்குள், ''இவள்தான்டா கட்றோம்...'' என்றபோது அக்கா, ''காயத்ரி அப்பா லோக்கல் ஸ்டேசன்ல இன்ஸ்பெக்டரு... போன வருஷம்தான் ஒரு காயத்ரி பஞ்சாயத்து முடிஞ்சது. ஒழுங்கு, மரியாதையா வாலச் சுருட்டிகிட்டு இரு'' என்றாள். நான் மனதிற்குள், ''ஒழுங்கா இருக்கணும்ன்னா, இந்த காயத்ரிக்கள அழகில்லாம இருக்கச் சொல்லு'' என்றேன்.

காயத்ரி தினமும் இரவு அக்கா வீட்டுக்கு வந்தாள். மறுநாள் போடும் கோலங்கள் பற்றி இருவரும் ஐஏஎஸ் பரிட்சைக்கு தயார் செய்வது போல் தீவிரமாகப் பேசுவார்கள். ஒரு நாள், ''நாளைக்கு தேர்க்கோலம் போடப்போறேன்...'' என்று காயத்ரி சொன்னபோது என்னை ஓரக்கண்ணால் பார்க்க... நான் சிலிர்த்துப்போனேன். கிளம்பும்போது, ''அக்கா நாளைலருந்து பெருமாள் கோயில்ல ஆண்டாள் கதை சொல்றாங்க... வர்றீங்களா?'' என்றாள். அக்கா, ''நான் வரல. எனக்கு அதுல எல்லாம் இன்ட்ரஸ்ட் இல்ல'' என்றாள். எனக்கு இன்ட்ரஸ்ட் இருந்தது. எனவே மறுநாள் கோயிலுக்குச் சென்றேன்.

அந்தச் சிறிய ஊரில் ஆண்டாள் கதையைக் கேட்க நூறு பேருக்கு மேல் வந்திருந்தார்கள். காயத்ரி தனியாக ஒரு தூணில் சாய்ந்து அழகாக அமர்ந்திருந்தாள். நான் அவள் பார்க்கும்படி

எதிரேயிருந்த தூணருகில் அமர்ந்துகொண்டேன். என்னைப் பார்த்தவுடன் அவள் கண்களில் வெளிச்சம். அவளையே நான் உற்று கவனிக்க... அதை காயத்ரி பார்த்துவிட்டாள். நான் பார்ப்பதை அங்கீகரிப்பது போல் உதட்டில் மெல்லிய புன்னகை. மறுநாள் என்னைப் பார்த்தபோது சிரித்தாள். மூன்றாம் நாள், நான் வேண்டுமென்றே முன்பே வந்து, ஒரு தூணுக்குப் பின்னால் மறைந்தாற்போல் உட்கார்ந்துகொண்டேன். சில நிமிடங்கள் கழித்து வந்த காயத்ரி தனது தூணோரம் அமர்ந்துகொண்டாள். சுற்றிலும் பார்வையை ஓடவிட்டாள். என்னைத்தான் தேடுகிறாள். நாலாபுறமும் சுற்றி சுற்றி தவிப்புடன் பார்த்துக்கொண்டிருந்தாள். நான் சட்டென்று எனது தூணிலிருந்து வெளிப்பட... அப்போது அவள் முகத்தில் தெரிந்த மலர்ச்சியை மொழிபெயர்த்தால் காதல் என்று வரும்.

கதை சொல்லி முடித்தவுடன், பிரசாதம் கொடுத்தார்கள். பிரசாத வரிசையில் கடைசியாக நாங்கள்தான் நின்றிருந்தோம். எனக்கு முன்னால் காயத்ரி நின்றிருந்தாள். நான் தொண்டையைக் கனைத்தபடி, "ம்க்கும்... உங்க பேரு என்ன?" என்றேன்.

"யப்பா... தெரியாத மாதிரி நடிக்கிறதப் பாரு..." என்றாள் க்யூவில் நகர்ந்தபடி.

"நிஜமாத் தெரியாதுங்க"

"ம்... காயத்ரி. எம். காயத்ரி"

"நீங்க போடுற கோலம்ல்லாம் ரொம்ப அழகா இருக்கு"

"ம்..."

"கோலத்தை விட..." என்று நான் இழுத்தேன்.

"கோலத்தை விட?" என்ற காயத்ரி திரும்பி என்னைப் பார்க்க... "கோலம் போடறவங்க இன்னும் அழகா இருக்காங்க..." என்று கூற, சரேலென்று அவள் முகம் வெட்கத்தில் சிவந்துபோனது.

அவளுக்கு அளித்த புளியோதரையுடன் பிரசாதம் தீர்ந்து விட்டது. நான் ஏமாற்றத்துடன் திரும்ப..., "இந்தாங்க... ஆளுக்குக் கொஞ்சமாச் சாப்பிடுவோம்" என்றபடி அவள் கொஞ்சம் புளியோதரையை எடுத்து என் கையில் வைக்க... அப்போது அவள் நுனிவிரல்கள் என் உள்ளங்கையில் பட... நான் காற்றில் மிதந்தேன்.

"இதை அப்படியே வச்சிருந்து, தினம் ஒரு பருக்கையா சாப்பிடப் போறேன்" என்றேன்.

‘‘ஏன்?’’

‘‘நீங்க கொடுத்ததாச்சே. அவ்வளவு சீக்கிரம் தீத்துடலாமா...’’ என்று நான் கூற அவள், ‘‘சீ...’’ என்று வெட்கத்துடன் கொலுசுகள் ஒலிக்க, தாவணி காற்றில் பறக்க... அழகாக ஓடிப்போனாள்.

மறுநாள் நான் டீக்கடையில் நின்றிருந்தபோது ஒரு கான்ஸ்டபிள் வந்து, ‘‘இன்ஸ்பெக்டர் உன்னை ஸ்டேசனுக்கு அழைச்சுட்டு வரச் சொன்னாரு’’ என்று கையோடு போலீஸ் ஸ்டேசனுக்கு அழைத்துச் சென்றார். நான் உள்ளுக்குள் திகிலுடன் சென்றேன். ஸ்டேசனில் இன்ஸ்பெக்டர் என்னைப் பார்த்தவுடனேயே, பாய்ந்து முதலில் என் கன்னத்தில் ஒரு அறை அறைந்துவிட்டுதான் பேசவே ஆரம் பித்தார்.

‘‘நான் யாருன்னு தெரியுமா?’’

‘‘ம்... காயத்ரியோட அப்பா’’ என்றேன் கன்னத்தைத் தடவியபடி.

‘‘நேத்து பெருமாள் கோயில்ல காயத்ரிகிட்ட பிரசாதம் வாங்கி சாப்பிட்டியா?’’

‘‘அவங்கதான் சார் கொடுத்தாங்க...’’

‘‘அவ கொடுத்தா நீ வாங்கி சாப்பிடுவியா?’’ என்றபடி அவர் மீண்டும் என் கன்னத்தில் ஓங்கி அறைய... இம்முறை என் முன்பல் உதட்டில் கீறி, லேசாக ரத்தம் வந்தது. புளியோதரை கொடுத்தவளை விட்டுவிட்டு, வாங்கியவனைப் போட்டு அடிப்பது என்ன நியாயம் என்று தெரியவில்லை.

‘‘ஏன்டா... டாக்டரா இருக்கிற என் தங்கச்சிப் பையனுக்கு அவளக் கட்டி வைக்கலாம்னு இருக்கேன். நீ குறுக்கப் புகுந்து கோளாறு பண்றியா?யோவ் ஏட்டு... உன் சம்சாரம்தானே நேத்து இவங்கள கோயில்ல பாத்தது?’’ என்றார்.

‘‘ஆமாங்கய்யா... கோயில்ன்னும் பாக்காம, ரெண்டு பேரும் அப்படி சிரிச்சுகிட்டு... ஒரே கூத்தாம்’’ என்றார்.

‘‘ஏட்டு... சும்மா கண்டிச்சு அனுப்பிச்சா, ரெண்டு நாள் கழிச்சு மறுபடியும் அவளையே சுத்தி வருவான். தம்பிக்கு போலீஸ் அடி எப்படியிருக்கும்ன்னு கொஞ்சம் காமி...’’ என்றார். நான் திகிலுடன், ‘‘சார்... வேண்டாம் சார்... வேண்டாம் சார்...’’ என்று கத்த கத்த... கான்ஸ்டபிள்கள் என்னை லாக்அப்புக்குள் அழைத்துச்

சென்றனர். நாயகன் கமலைப் போட்டு அடிப்பது போல் இருபது நிமிஷம் அடி பின்னி எடுத்துவிட்டுதான் என்னை விட்டனர். நான் சட்டை கிழிந்து, முகம் முழுவதும் ரத்தம் வழிய வெளியே வந்தேன். அதற்குள் என் அக்காவும், மாமாவும் ஸ்டேசனுக்கு வரவழைக்கப்பட்டிருந்தார்கள். அவர்கள் ஸ்டேசன் வாசலிலேயே கார் வைத்து என்னை ஊருக்கு அனுப்பிவைத்தார்கள். பிறகு மூன்று மாதத்திற்குள்ளாகவே எம். காயத்ரியை அந்த டாக்டர் பையனுக்குத் திருமணம்செய்து வைத்துவிட்டதாகக் கேள்விப்பட்டேன்.

அதன் பிறகு ஊரில் உள்ள ஒரு பெண்ணையும் நான் ஏறெடுத்துக் கூடப் பார்ப்பதில்லை. ஸ்டேசனில் கொடுத்த அடி அப்படி. அதுவும் காயத்ரி என்ற பெயருடைய பெண்ணைப் பார்த்தால், அங்கிருந்து மாயமாகி மறைந்துவிடுவேன்.

கல்லூரிப் படிப்பை முடித்துவிட்டு, கம்ப்யூட்டர் க்ளாஸில் சேர்ந்தேன். சுற்றிலும் கொத்துக் கொத்தாகப் பெண்கள். நான் ஒருவரையும் ஓரக்கண்ணால் கூடப் பார்க்கவில்லை. ஒரு மாதத் திற்குப் பிறகு, ஒரு பெண் என்னிடம் நேராக வந்து, ''யாரு கூடயும் பேசமாட்டீங்களா சரவணன்? என் பேரு காயத்ரி...'' என்று கூற... எனக்கு அடிவயிற்றில் பகீரென்றது. ''என்னது... காயத்ரியா?'' என்ற நான் திரும்பிப் பார்க்காமல் ஓடினேன். இத்தனைக்கும் இந்த எஸ். காயத்ரி, பழைய காயத்ரிகளை விட பல மடங்கு அழகு. இருந்தாலும் காயத்ரிகளால் எனக்குக் கிடைத்த அனுபவங்களால், நான் அவள் பக்கமே திரும்பிப் பார்க்கவில்லை.

ஒரு நாள் க்ளாஸில் நான் எனது, ''ஆர்ட்டிஃபிஷியல் இன்ட்டலிஜென்ஸ்'' புத்தகத்தைப் பிரிக்க... அதில் ஒரு கடிதம். எடுத்துப் படித்தேன்.

அன்புள்ள சரவணனுக்கு,

எஸ். காயத்ரி எழுதுவது. நீங்கள்தான் சரவணன் உண்மையான ஆண்மகன். இந்த சென்ட்டரில் உள்ள அத்தனைப் பேரும் என்னிடம் ஒரு வார்த்தையாவது பேசமுடியாதா? என்று தவமிருக்க... நீங்கள்தான் என்னை நிமிர்ந்து கூடப் பார்க்கவில்லை. பெண்களின் பின்னால் சுற்றாத இந்த கம்பீரம் எனக்கு மிகவும் பிடித்திருக்கிறது சரவணன். ஐ லவ் யு...'' என்று எழுதியிருக்க... நான் திரும்பிப் பார்த்தேன்.

காயத்ரி புன்னகையுடன் என்னைப் பார்த்துக்கொண்டிருந்தாள். நான் காயத்ரிகளை விட்டு விலகினாலும், காயத்ரிகள் என்னை விடுவதாக இல்லை. அந்த எஸ். காயத்ரியையே காதலித்து, திருமணம் செய்துகொண்டு 13 வருடங்களாக அவள் சொல்வதற்கெல்லாம் ''எஸ்'' போட்டுக்கொண்டிருக்கிறேன்.

கல்கி

23.2. 2014

# 3 ராயல் டாக்கீஸ்

*சினிமா தியேட்டர் என்பது ஒரு புனிதமான இடமாக இருந்தது. அங்கே மக்கள் ஒருவரை ஒருவர் அறிமுகம் செய்துகொண்டனர். சிரித்து மகிழ்ந்தார்கள். கனவு கண்டார்கள்*

-''சினிமா பாரடைஸோ'' திரைப்படத்தின்
இயக்குனர் கிசெப்பே டோர்னடோரே

நான் கையில் ட்ராவல் பேகுடன் ''ராயல் டாக்கீஸ்'' தியேட்டர் வாசலை நெருங்கியபோது இன்னும் முழுதாக விடிந்திருக்கவில்லை. தியேட்டர் வாட்ச்மேனுடன்

பேசிக்கொண்டிருந்த தேவராஜ் என்னைப் பார்த்தவுடன் வேகமாக வந்து என் கைகளைப் பற்றிக்கொண்டு, ‘‘வா மகேந்திரா...’’ என்றான். நான் லேசாக சிரித்தபடி, ‘‘தம்மு வச்சிருக்கியா தேவா?’’ என்றேன். தேவராஜ் சட்டைப் பாக்கெட்டிலிருந்து கிங்ஸ் சிகரெட் பாக்கெட்டை எடுத்தான்.

‘‘நீயும் கிங்ஸ்க்கு மாறிட்டியா?’’ என்றேன்.

‘‘கெட்டாலும் மேன்மக்கள் மேன்மக்களே...’’ என்றபடி தேவராஜ் சிகரெட்டை நீட்ட நான் சத்தமாகச் சிரித்தேன்.

‘‘வரமாட்டன்னு நினைச்சேன்...’’ என்றபடி தேவராஜ் சிகரெட்டைப் பற்றவைத்தான்.

‘‘வரவேண்டாம்னுதான் நினைச்சிட்டிருந்தேன். அப்புறம் மனசு கேக்கல...’’ என்றபடி தியேட்டரை உற்றுப் பார்த்தேன். மனதில் மெள்ள, மெள்ள ஒரு பாரம் ஏறுவதை என்னால் தெளிவாக உணரமுடிந்தது. தியேட்டர் வாசலில் பெரிதாக ‘‘அன்னக்கிளி’’ போஸ்டர் ஒட்டி, அதன் மேல் ஒரு பிட் நோட்டீஸில் ‘‘இன்று இப்படம் கடைசி’’ என்று ஒட்டப்பட்டிருந்தது.

‘‘என்னடா... அன்னக்கிளி போட்டிருக்கீங்க...’’ என்றேன்.

‘‘இந்த தியேட்டர் ஆரம்பிச்சப்ப முத படம் அன்னக்கிளிதானாம். அதனால முதலாளி சென்ட்டிமென்ட்டா, தியேட்டர மூடறப்பவும் அதே படம் போடலாம்ன்னு எங்கங்கெங்கயோ சுத்தி இந்த பிரிண்ட்ட வாங்கிட்டு வந்தாரு, உள்ள வா...’’ என்றபடி எனது பேகை வாங்கிக்கொண்டான்.

எனது வாழ்நாளின் ஏதாவது ஒரு பகுதியை மீண்டும் வாழ எனக்கு ஒரு வாய்ப்புக் கிடைத்தால், ராயல் டாக்கீஸில் பெரும்பாலான நாட்களைக் கழித்த எனது இளமைக்காலத்தைத்தான் நான் தேர்வு செய்வேன். ராயல் டாக்கீஸ்... எனது இளமைக்காலத்தின் ஒரு மகத்தான அத்தியாயம்.

என்னுடன் பத்தாவது வரை படித்த தேவராஜ், பத்தாவது ஃபெயிலானவுடன், ராயல் டாக்கீஸ் ஆபரேட்டரிடம் உதவியாளனாகச் சேர்ந்தான். அன்றிலிருந்து நான் கல்லூரியெல்லாம் படித்து முடித்து, சென்னைக்கு வேலை கிடைத்து செல்லும் வரையில் என் வாழ்நாளின் பாதி நேரத்தை ராயல் டாக்கீஸில்தான் கழித்தேன். தியேட்டர் முதலாளியிலிருந்து, ஸ்வீப்பர் வரை அத்தனை பேரும் எனக்கு மிகவும் நெருக்கம்.

தியேட்டரில் நுழைந்து ஆபரேட்டர் அறைக்குச் செல்லும் படிகளில் ஏறியபடி தேவராஜ், ''என்னடா ரொம்ப டல்லா இருக்க...'' என்றான்.

''இருக்காதாடா? இந்த தியேட்டர்ல நான் எவ்ளோ கூத்தடிச்சிருப்பேன். நீ ஃபோன் பண்ணி, இன்னையோட தியேட்டர மூடறாங்கன்னு சொன்னதுலருந்து மனசே சரியில்ல. அதான் கடைசி நாளு வந்துடணும்னு லீவ் போட்டுட்டு வந்துட்டேன்'' என்றபடி ஆபரேட்டர் ரூமில் நுழைந்தேன். பழைய இரண்டு பெரிய ப்ரொஜக்டர்களின் பக்கத்திலேயே கண்ணாடியால் தடுத்துப் போட்டிருந்த ரூமில் டிஜிட்டல் ப்ரொஜக்டர் இருந்தது.

சுவரில் சாய்த்து வைக்கப்பட்டிருந்த எம்ப்ட்டி ஸ்பூல்கள், மூலையில் கிடந்த வேஸ்ட் ஃபிலிம் சுருள்கள்... என்று அனைத்தையும் பார்க்க, பார்க்க துக்கம் தொண்டையை அடைத்தது. பேகை கீழே வைத்த தேவராஜ், ''வா... கீழ தியேட்டருக்குப் போகலாம்'' என்றான்.

ஃபர்ஸ்ட் க்ளாஸ் கேட் வழியாகத் தியேட்டரினுள் நுழைந்தபோது என் மனம் நெகிழ்ந்துவிட்டது. வேகமாக தேவாவின் கையை இறுகப் பற்றிக்கொண்டேன். நினைக்க, நினைக்க இந்தத் தியேட்டரில்தான் எத்தனை சுவாரஸ்யமான சம்பவங்கள்...

''மைதிலி என்னைக் காதலி'' படம் ராயல் டாக்கீஸில் போட்ட போது ப்ளஸ் டூ படித்துக்கொண்டிருந்த நான் ஒரு புதிய ப்ரபோசலுடன் தேவராஜை சந்தித்தேன்.

''தேவா... எங்க எதிர்வீட்டு செல்வராஜண்ணன், ரொம்ப நாளா நம்ப வாத்தியார் பொண்ணு மைதிலிய லவ் பண்றாருடா. ஆனா மைதிலி திரும்பிக் கூடப் பாக்கமாட்டேங்குது. இன்னைக்கி சாயங்காலாம் மைதிலியக்கா ஃப்ரண்ட்ஸ்ங்களோட படம் பாக்க வருது. அப்ப நீ ''என்னாச மைதிலியே... என்னை நீ காதலியேன்...'' பாட்ட மூணு தடவை திரும்பி, திரும்பிப் போடணும்...''

''எங்கிட்ட நீ செருப்படி படப்போற...''

''சொல்றதக் கேளுடா... செல்வராஜண்ணன் நூறு ரூபாய் தர்றேங்கிறாரு.''

''நூறு ரூபாயா? அப்ப சரி.''

மாலை படம் ஆரம்பமாகி, அப்பாடலின் லீட் காட்சி வந்தவுடனேயே நான் பரபரப்பாகிவிட்டேன். பாடல் ஆரம்பித்த வுடன், செல்வராஜண்ணன் மைதிலியக்கா அமர்ந்திருந்த வரிசையோரமாக சுவரில் சாய்ந்தபடி நின்றுகொண்டு, அக்காவை ரொமாண்டிக்காக(?) பார்த்துக் கொண்டிருந்தார். பாடல் முடிந்த வுடன் திட்டமிட்டபடி செல்வராஜண்ணனின் நண்பர்கள், ''ஒன்ஸ் மோர்'' கேட்க... மீண்டும் பாடல் திரையிடப்பட்டது. மீண்டும் ஒன்ஸ் மோர். மீண்டும் பாடல்... மைதிலியக்கா புரிந்துகொண்டாள்.

அது வரைக்கும் எல்லாம் எங்கள் ஸ்க்ரிப்ட்படிதான் நடந்து கொண்டிருந்தது. ஆனால் அதன் பிறகு நடந்ததெல்லாம் எங்கள் ஸ்க்ரிப்ட்டில் இல்லை. கோபமாக எழுந்த மைதிலியக்கா நேராக செல்வராஜண்ணனை நோக்கிச் சென்றாள். பளாரென்று அவன் கன்னத்தில் ஓங்கி ஒரு அறை விட்டுவிட்டு, விடுவிடுவென்று தியேட்டரை விட்டு வெளியேறினாள். ஆனால் பிரச்னை அதோடு முடியவில்லை.

படம் க்ளைமாக்ஸை நெருங்கி டி.ராஜேந்தர், ''நானும் உந்தன் உறவை...'' என்று கண்ணீர் வடித்துக்கொண்டிருந்தபோது, அந்த கும்பல் திபுதிபுவென ஆபரேட்டர் அறையினுள் நுழைந்தது. கும்பலின் நடுவே மைதிலியக்காவின் அண்ணன். சுற்றி ஏழெட்டு பேர். உள்ளே நுழைந்தவர்கள், நாங்கள் என்ன ஏது என்று சுதாரிப்பதற்குள் தேவாவைத் தாக்கத் தொடங்கினர். தடுக்கச் சென்ற என்னையும் இழுத்துப் போட்டு அடிக்க... எங்கள் கத்தல் டி. ராஜேந்தரின் காதல் துயர சத்தத்தில் எடுபடவில்லை. நான் கஷ்டப்பட்டு நழுவிச் சென்று கத்த... கேன்டீன்காரர்கள் ஓடிவந்து, அவர்களைக் கட்டுப்படுத்தினர்.

அன்று செகன்ட் ஷோ முடிந்தவுடன், தியேட்டர் தென்னை மரங்களுக்கு நடுவே அந்தப் பஞ்சாயத்து நடந்தது. செல்வ ராஜண்ணன், அவன் அப்பா, மைதிலி, மைதிலியின் அண்ணன், மைதிலி அப்பா. நடுவே வெள்ளை மீசையை வருடியபடி தியேட்டர் முதலாளி.

தேவா பலவீனமாக, ''பொதுவா ஒன்ஸ் மோர் கேட்டா, திரும்பப் போடுறது வழக்கம்தானே முதலாளி...'' என்றான்.

''செருப்பால அடிப்பேன். உண்மையச் சொல்லுடா...'' என்று முதலாளி தேவாவை ஓங்கி ஒரு அறை அறைய...

தேவா உண்மையைக் கொட்டினான். ஆனால் என்னைக் காட்டிக் கொடுக்கவில்லை. நேரடியாக செல்வராஜண்ணனும், தேவாவுமே டீலிங் போட்டதாகச் சொல்லிவிட்டான். உடனே மைதிலி குடும்பத்தினர் செல்வராஜண்ணனை அடிக்கப் பாய... குறுக்கே புகுந்து தடுத்த முதலாளி மைதிலியின் அப்பாவிடம், ''விடு முருகேசு... ஏதோ வயசுக்கோளாறுல பண்ணிபுட்டான். இனிமே உன் பொண்ணு பக்கம் தலை வச்சுப் படுக்கமாட்டான். அதுக்கு நான் கேரண்டி... என்ன செல்வராஜு... நான் சொல்றது சரியா?'' என்றார்.

''அதெப்படி? நான் சின்ஸியரா அவள லவ் பண்றேன் முதலாளி'' என்று செல்வராஜண்ணன் கூறியவுடன் முதலாளி பாய்ந்து சென்று செல்வராஜின் சட்டையைப் பிடித்து, ''அவ உன்னை லவ் பண்றாளாடா?'' என்றார்.

''இல்ல முதலாளி...''

''ஒரு பொண்ணுக்கு நம்பளப் பிடிக்கலன்னா விட்டுடணும். இனிமே நீ மைதிலி பக்கமே தலை வச்சுப் படிக்கக்கூடாது.'' என்று முதலாளி கண்டிப்பாகக் கூற... ''சரிங்க முதலாளி...'' என்றான் செல்வராஜ் மெதுவாக.

''அது எப்படிங்க முடியும்? இவனுங்க பொறுக்கித்தனம் பண்ணுவாங்க. சும்மா விட்டுட்டுப் போறதா...'' என்று மைதிலியின் அப்பா எகிறிக் குதிக்க... ''விடு முருகேசு... ஏதோ வயசுக் கோளாறு...'' என்றார் முதலாளி.

''அதெல்லாம் முடியாது. நான் போலீஸ்ல கம்ப்ளெய்ன்ட் பண்ணப்போறேன்...'' என்று மைதிலியப்பா கூற... முதலாளிக்குக் கோபம் வந்துவிட்டது.

''என்ன முருகேசு... நம்ப சின்ன வயசுல பண்ணாத வேலையா? சும்மா என் வாயக் கிளறாதே... நம்ப கருவக் காட்டுக்குப் பின்னால...'' என்று முதலாளி ஆரம்பித்தவுடன் மைதிலி அப்பாவின் முகம் பேயறைந்தது போல் மாறியது. சட்டென்று ஜகா வாங்கியவர், ''இப்ப எதுக்குப் பழைய கதையெல்லாம்? சரி... இனிமே அவன் என் பொண்ணு பின்னாடி வரக்கூடாது. அவ்வளவுதான்...'' என்று சட்டென்று எழுந்து விட்டார். மைதிலியும், மைதிலியின் அண்ணனும் அவரை சந்தேகத்துடன் பார்த்தனர்.

முதலாளியும், மைதிலியின் அப்பாவும் ஏதோ லீலை செய்திருக்கிறார்கள் என்று எனக்குப் புரிய... நான் தேவாவின் காதில் கிசுகிசுப்பாக, ''இந்த ஊருல ஒரு ஆம்பள கூட உருப்படியா இருக்கமாட்டானுங்க போல'' என்று கூற... தேவா, ''இஷ்... '' என்று என் காலில் மிதித்தான். அத்துடன் சபை கலைய... நான் மெதுவாக முதலாளியின் பின்னால் சென்று, ''முதலாளி... ஒரு டவுட்டு...'' என்றேன்.

''என்னடா?''

''கருவக் காட்டுக்குப் பின்னாடின்னு ஏதோ சொன்னீங்களே... அங்க என்ன?'' என்று நான் கேட்டவுடன் முதலாளி, ''உன்னை...'' என்று கீழே கிடந்த கல்லை எடுத்து என்னை நோக்கி எறிய... நான் ஓடினேன்.

பழைய நினைவில் புன்னகைத்தபடி, ''இந்த தியேட்டர்தானடா முதலாளி ஸார்க்கு உயிரு. எப்படிரா மூட மனசு வந்துச்சு?'' என்றேன்.

''அவருக்குத் துளி கூட இஷ்டமே இல்ல. ஆனா முதலாளி பையன்தான் ஒத்தைக் கால்ல நிக்கிறான். இப்பல்லாம் தியேட்டர்ல பெருசா வருமானம் ஒண்ணும் கிடையாது. முதலாளி ஆசைக்குத் தான் தியேட்டர் நடந்துட்டிருந்துச்சு. டவுன் மெயின் இடத்துல, இவ்ளோ பெரிய இடத்துல எதுக்கு தெண்டமா தியேட்டர் நடத்திகிட்டு... இடிச்சுட்டு ஷாப்பிங் காம்ப்ளக்ஸ் கட்டலாம்ன்னு முதலாளி பையனுக்கு ஐடியா. பிடிவாதமா முதலாளிகிட்ட பேசி கடைசில சாதிச்சுட்டான்.''

''முதலாளி ஸார் எத்தனை மணிக்கு வருவாரு?''

''ஒம்போது மணியாகும்.''

முதலில் நானும் தேவாவைப் போல் அவரை முதலாளி என்றுதான் கூப்பிட்டுக்கொண்டிருந்தேன். ஆனால் பிறகு நான் அவரை ''முதலாளி ஸார்'' என்று கூப்பிட ஆரம்பித்ததற்குப் பின்னால் ஒரு திரைப்படம் இருக்கிறது.

''தளபதி'' படம் ராயல் டாக்கீஸில் ரிலீசான சமயமது. ஏதோ ஒரு பிரச்னையில் தேவாவை முதலாளி கடுமையாகத் திட்டிவிட்டார். தேவா என்னிடம் மிகவும் வருத்தப்பட... அப்போது கல்லூரியில் படித்துக்கொண்டிருந்த நான் தேவாவுடன் சேர்ந்து செமத்தியாகத்

தண்ணியடித்துவிட்டு தியேட்டருக்குச் சென்றோம். நானும், தேவாவும் முதலாளி அறையில் நுழைந்தபோது அவர் பணத்தை எண்ணிக்கொண்டிருந்தார். எங்களைக் கண்டுகொள்ளாதது போல் அவர் பணத்தைத் தொடர்ந்து எண்ண... நாங்கள் அவர் முன்பு இருந்த நாற்காலிகளில் அமர்ந்தோம். மூக்கைத் தடவிக்கொண்ட முதலாளி, ''என்ன சரக்குடா? மானிட்டரா? இந்த நாத்தம் நாறுது... என்ன விஷயம்?'' என்றார்.

எனக்கு எப்படி ஆரம்பிப்பது என்று தெரியவில்லை. ''தளபதி'' படத்தில் கலெக்டராக இருக்கும் அரவிந்த்சுவாமி மம்முட்டியையும், ரஜினியையும் அழைத்துப் பேச்சு வார்த்தை நடத்தும்போது ரஜினி பேசும் டயலாக் அப்போது மிகவும் ஃபேமஸ். தியேட்டருக்கு தினமும் வருவதால் எங்களுக்கெல்லாம் எல்லாப் படங்களின் வசனமும் அத்துப்படி.

ரஜினியின் அந்த டயலாக், ''கலெக்டர் ஸார்... நீங்க எப்பவாவது ஏழையா இருந்துருக்கீங்களா? என்னைக்காவது பட்டினியா இருந்துருக்கீங்களா? பைல நாலணா காசில்லாம அலைஞ்சிருக்கீங்களா?'' என்று ஆரம்பிக்கும்.

அதை மனதில் வைத்துக்கொண்டு நான் ரஜினி போல் மிகவும் சீரியஸாக, ''முதலாளி ஸார்... நீங்க எப்பவாச்சும் ஆபரேட்டரா இருந்துருக்கீங்களா? பிட்டு படத்துல பிட்டு இல்லன்னு ரௌடிப் பசங்ககிட்ட என்னைக்காச்சும் அடி வாங்கியிருக்கீங்களா? அட்டுப் படத்தையெல்லாம் தினம் நாலு ஷோ மனசுக்குள்ள நொந்தபடி பாத்துருக்கீங்களா? ஆனா அவ்ளோத்தையும் தேவா பண்ணியிருக்கான். அவனப் போயித் திட்டிட்டீங்களே முதலாளி ஸார்...'' என்று பேச்சை நிறுத்தினேன்.

முதலாளி சிரிப்பை அடக்கிக்கொண்டு, ''ஸ்டூடண்ட் ஸார்... நீங்க என்னைக்காச்சும் முதலாளியா இருந்துருக்கீங்களா?'' என்று ஆரம்பிக்க... நான் அரண்டுபோய், ''தெய்வமே...'' என்று டேபிளுக்குக் கீழ் தலையை விட்டு அவர் காலைத் தொட்டுக் கும்பிட... ''எந்திரிடா... எங்கிட்டயே என் தியேட்டர் டயலாக்க விடுறியா? நாங்களும் ரெண்டு ரவுண்டு அடிச்சுட்டுத்தானே உக்காந்துருக்கோம்'' என்றார் முதலாளி.

அன்றிலிருந்து நான் அவரை முதலாளி ஸார் என்றுதான் கூப்பிடுவேன். அவருக்கும் நான் ஸ்டூடண்ட் ஸார்தான்.

‘‘ஸ்டூடண்ட் ஸார்...’’ என்று குரல் கேட்கத் திரும்பினேன். முதலாளி ஸார் தளர்ந்த நடையுடன் வந்துகொண்டிருந்தார். நான் வேகமாக அவரை நெருங்க... முதலாளி ஸார் என்னைப் பிரியத்துடன் கட்டி அணைத்துக்கொண்டார்.

இரவு செகண்ட் ஷோ. ராயல் டாக்கீஸின் இறுதிக்காட்சியாக ‘‘அன்னக்கிளி’’ ஓடிக்கொண்டிருந்தது. படம் க்ளைமாக்ஸை நெருங்கிக் கொண்டிருந்தது. ஆபரேட்டர் அறையில், நானும், தேவாவும் தண்ணியடித்துக்கொண்டு அமர்ந்திருந்தோம். தேவா அடுத்த பெக் பிராந்தியை பிளாஸ்டிக் க்ளாஸில் ஊற்ற நான், ‘‘மெதுவா குடிடா...’’ என்றேன்.

‘‘என்னால முடியல மகேந்திரா... பத்தாங்கிளாஸ் ஃபெயிலானப்ப எங்கப்பா நீ உருப்படவே மாட்டன்னு அடி பின்னி எடுத்தாரு. அழுதுகிட்டே ஓடி வந்தேன். அன்னைலருந்து இங்கதான். இதை விட்டுட்டு எப்படிர்ரா...’’ என்று தேவா கூறிக்கொண்டிருக்கும்போதே ரூமினுள் முதலாளி ஸார் நுழைய... தேவா வேகமாக டம்ளரை மறைத்தான்.

‘‘மறைக்காத... மறைக்காத... சாப்பிடு....’’ என்றவர் சட்டென்று தரையில் அமர்ந்தார்.

‘‘முதலாளி...’’ என்று தேவா அவசரமாக எழப் பார்க்க, ‘‘உக்காருடா... இனிமே என்ன முதலாளி? எல்லாம் முடிஞ்சு போச்சு. மனசே சரியில்ல ஸ்டூடண்ட் ஸார்... எனக்கும் ஊத்துங்க.’’ என்று முதலாளி கூற... நான் உற்சாகத்துடன் ஒரு டம்ளரில் பிராந்தியை ஊற்றி, செவன் அப்பைக் கலந்து நீட்டினேன். முதலாளி ஒரே மூச்சில் குடித்துவிட்டு, மீசையைத் துடைத்துக்கொண்டார். முதலாளி அடுத்த பெக்கை ஊற்றினார். சில நிமிடங்களில் எங்கள் மூவருக்கும் நல்ல போதை ஏறியிருந்தது.

தேவா எழுந்து சதுர ஓட்டை வழியாகத் திரையைப் பார்த்துவிட்டு, ‘‘படம் முடியப்போவுது முதலாளி...’’ என்று கூற, நாங்களும் எழுந்து திரையைப் பார்த்தோம். எரிந்துகொண்டிருக்கும் தியேட்டருக்கு முன்பு, சிவகுமாரின் மடியில் படுத்து சுஜாதா உயிரை விட.... திரையில் ‘‘கண்ணனுக்காகவே வாழ்ந்தாள் ஆண்டாள். காதலனுக்காகவே வாழ்ந்தாள் அன்னம்’’ என்ற வரிகளுடன் படம் முடிய... முதலாளியின் கண்கள் கலங்கியது. நாங்கள் மெதுவாகக் கீழே இறங்கினோம். கும்பல் சோம்பலாக வெளியேறிக் கொண்டிருந்தது.

''பாத்தியா மகேந்திரா... இருபது பேரு கூட இருக்கமாட்டாங்க. இந்தப் படம் வந்தப்ப என்னா கும்பல் தெரியுமா? 1976-ல தியேட்டரத் திறந்தேன். முத படம் அன்னக்கிளி... இளையராஜாவுக்கு அதான் முதல் படம். அப்ப இந்த ஊருல ஃபர்ஸ்ட்டு ரிலீஸ் கிடையாது. நான் துணிஞ்சு இறங்கினேன். படம் ரிலீசுக்கு முன்னாடி பாட்டெல்லாம் கேட்டேன். பாட்டாலயே அந்தப் படம் ஓடப்போவுதுன்னு பச்சி சொல்லுச்சு. தில்லா அட்வான்ஸ் கொடுத்தேன். படம் ரிலீசுக்கு ஒரு வாரம் முன்னாடி, நாலு குதிரை வண்டி வாடகைக்கு எடுத்தேன். தெக்க தவுத்தாகுடிலருந்து திருவையாறு வரைக்கும், கிழக்க கைகாட்டிலருந்து ஜெயங்கொண்டம் வரைக்கும் தினம் ரெண்டு, ரெண்டு வண்டி. ஒவ்வொரு கிராமத்துலயும் ஒரு மணி நேரம் நிக்க வச்சு, அன்னக்கிளி பாட்ட மூணு தடவை போடுவேன். தியேட்டர் திறந்தப்ப இங்கருந்து...'' என்றவர் என் தோளில் கைபோட்டு, ''அங்க பாரு... மிளகாய் மண்டி தெரியுதுல்ல... அது வரைக்கும் க்யூ நின்னுச்சு...'' என்றார்.

''அடேங்கப்பா...''

''என்ன அடேங்கப்பா... சகலகலா வல்லவன் படத்துக்கு மிளகாய் மண்டி தாண்டி, நிர்மலா காந்தி ஸ்கூல் வரைக்கும் தினம் க்யூ நிக்கும்.''

இப்போது தேவா, ''முரட்டுக் காளைக்கெல்லாம் அடிதடி முதலாளி... ஞாபகமிருக்கா முதலாளி?'' என்றான்.

''என்னடா... இப்படிக் கேட்டுட்ட... முத நாள் போலீஸ் வந்து லத்தி சார்ஜ் பண்ணிதானே கும்பல் கலைஞ்சுச்சு... அதெல்லாம் ஒரு காலம்டா. இப்ப எல்லாப் படமும் மூணாவது நாளே காத்து வாங்குது'' என்ற முதலாளி தேவாவை நோக்கி, ''டேய்... நீ மிச்ச சரக்க எடுத்துட்டு வா. தியேட்டருக்குள்ள உக்காந்து அடிப்போம்...'' என்றார்.

ஃபர்ஸ்ட் க்ளாஸ்க்கும், செகண்ட் க்ளாஸ்க்கும் நடுவே இருந்த இடைவெளியில் மூவரும் வட்டமாக அமர்ந்துகொண்டோம். துயரத்தில் நாங்கள் அடுத்தடுத்த ரவுண்டுகளை வேகமாக முடிக்க... போதை உச்சத்தை எட்டியது. முதலாளி தள்ளாடியபடி எழுந்து திரையை நோக்கி நடந்தார். பின்னால் நடந்த எனக்கும் நடை தடுமாறியது. மூவரும் திரை முன்பிருந்த மேடையில் ஏறினோம்.

''இந்த மேடை இருக்கே... உனக்கு விறகுக்கடை வெங்கடேசன் தெரியுமா?'' என்றார் முதலாளி என்னிடம்.

''தெரியாதே...''

''டேய்... நம்ம நிர்மலா அப்பாடா...'' என்றான் தேவா.

''இப்படிப் புரியற மாதிரி சொன்னாதானே தெரியும்'' என்ற என் தோளில் செல்லமாகத் தட்டிய முதலாளி, ''வெங்கடேசன் எம்ஜிஆர் வெறியன்... எம்பத்து நாலு சட்டசபைத் தேர்தலப்ப எம்ஜிஆர் அமெரிக்கால சீரியஸா இருந்தாரு. அப்ப தினம் நியூஸ் ரீல் ஒண்ணு போடுவோம். அதுல முதல்ல ''இதயக்கனி'' படத்துலருந்து ''நீங்க நல்லா இருக்கணும் நாடு முன்னேற...'' பாட்டு ஓடும். அப்புறம் எம்ஜிஆர் ப்ரூக்ளின் ஆஸ்பத்திரில பேப்பர் படிக்கிறது... டாக்டரோட பேசறத எல்லாம் காமிப்பாங்க... அப்புறம் ''ஒளிவிளக்கு'' படத்துலருந்து ஒரு பாட்டு. ''இறைவா உன் மாளிகையில்...''னு எம்ஜிஆர் உயிரக் காப்பாத்த வேண்டி சௌகார் ஜானகி பாடுற பாட்டு. அந்த நியூஸ் ரீல பாக்குறதுக்குன்னே வெங்கடேசன் தினம் தியேட்டருக்கு வருவான். வந்து இந்த மேடைல ஏறி படுத்துக்கிட்டு அழுதுகிட்டே பாப்பான். நியூஸ் ரீல் முடிஞ்சவுடனே எந்திரிச்சுப் போயிடுவான்'' என்றார்.

சில வினாடிகள் அமைதியாக மேடையைப் பார்த்த முதலாளி மீண்டும் ஒரு மடக்கு பிராந்தியை விழுங்கிவிட்டு, ''இந்த மேடைல சிவாஜி ஏறியிருக்காரு தெரியுமா? ''திரிசூலம்'' படம் இங்க அம்பது நாள் ஓடிச்சு. இங்க அம்பது நாள்ன்னா, மெட்ராஸ்ல இருநூறு நாள் ஓடினதுக்குச் சமம். அப்ப பொதுவா நூறு நாள் ஓடுச்சுன்னா, பெரிய ஊருல இருக்கிற தியேட்டருக்கு அந்தப் படத்துல நடிச்ச நடிகருங்கள அழைச்சுட்டு வருவாங்க. நான் அம்பதாவது நாளைக்கே, ஒரு காங்கிரஸ்காரரப் பிடிச்சு இந்த சின்ன ஊருக்கு சிவாஜிய அழைச்சுட்டு வந்தேன். கூட கே. ஆர். விஜயா எல்லாம் வந்தாங்க. திரிசூலம் என்னா படம் தெரியுமா? அதுல சிவாஜி, ''உன்னைப் பிரிஞ்சிருந்த இத்தனை வருஷமும் ஒவ்வொரு நாளும் இந்த மனசு சுமதி... சுமதி...ன்னு உன் பேரதாம்மா சொல்லிட்டிருந்துச்சுன்னு'' சிவாஜி ஃபோன்ல சொல்லி அழுவாரு பாரு... தியேட்டரே அழும். மகா கலைஞன்டா அவன். சியர்ஸ் டு சிவாஜி'' என்று முதலாளி அடுத்த ரவுண்டை அடிக்க... நாங்கள் மூவரும் கொஞ்சம், கொஞ்சமாக வெளி உலகை மறந்து ஒரு பித்த நிலையை அடைந்துகொண்டிருந்தோம்.

''கடைசியா தேவர் மகன்ல கூட சூப்பரா நடிச்சிருப்பாரு முதலாளி'' என்றேன் நான்.

''ஆமாம்... அதுவும் ஒரு சீன் கமலும், சிவாஜியும் டயலாக் பேசுவாங்க பாரு... அட அட அடா... உனக்கு அந்த ஸீன் டயலாக் ஞாபகமிருக்கா?''

''என்ன முதலாளி? தினம் ரெண்டு ஷோ, மூணு வாரமும் பார்த்தேன். ஞாபகமிருக்காதா?''

''சபாஷ்டா... இப்ப நான்தான் சிவாஜி, நீ கமல்... நம்ம பேசுவோமோ?''

நான் நாக்கு குழற, ''இவன் முதலாளி...'' என்று தேவாவைக் காட்டினேன்.

''இவன் சங்கிலி முருகன். ஆரம்பிப்போமா? எங்கருந்து ஆரம்பிப்போம்?

''சிவாஜி, கமல் சட்டையப் பிடிச்சி கோபமா பேசுவாருல்ல. அங்கருந்து ஆரம்பிப்போம்.''

''ம்... நீயே ஆரம்பி.''

நான் தள்ளாடிய நடையை சமாளித்துக்கொண்டு, ''என்னை விட்டுருங்கய்யா... நான் இந்த ஊர விட்டுப் போறன்ய்யா...'' என்று கூறியவுடன் முதலாளி சிவாஜி போல் வேகமாக என் சட்டையை இறுகப் பிடித்து, ''தாடியும் மீசையும் வச்சுக்கிட்டு, நெஞ்சு நிமிந்து அய்யாவ பேசுற வயசுல்ல?'' என்றார்.

''இல்லய்யா. என்னை விட்ருங்கய்யா. நான் போறன்ய்யா...''

''போய்ட்டு வர்றன்னு சொல்லுங்க. அந்த நம்பிக்கைதான் வீட்டுல உள்ளவங்களுக்கு முக்கியம். த... எங்கய்யா கணக்கப்பிள்ளை? டேய்... யார்ராவன்? கணக்கப்பிள்ளை எங்கடா?'' என்று முதலாளி பின்னால் திரும்பிப் பார்க்க, தேவா ஓடிவந்து பணிவாக நின்றுகொண்டு ''அய்யா'' என்றான்.

''இங்கதான் இருக்கியா? அய்யா... யாவாரமா வெளியூர் போறாகளாம். ரொம்பநாள் தங்கமாட்டாகளாம். அவருக்கு டிக்கெட் போடு.''

''பத்து நாள் சென்டு எடுக்கட்டுங்களா?'' என்று தேவா கேட்க... முதலாளி, ''என்னப்பு... பத்து நாள் தங்கமாட்டீகளா?''

ஜி. ஆர்.சுரேந்தர்நாத் 43

என்று கேட்டுவிட்டு என்னைக் கை காட்டி அழைக்க... நான் முன்னே நகர்ந்து முதலாளி முன்னால் முட்டி போட்டு நின்றவுடன், முதலாளி அச்சு அசலாக சிவாஜி போல், ''பத்து நாள் இருக்கமாட்டியளா? என் மயன பக்கத்துலயே வச்சுப் பாக்கணுங்கிற ஆசை எனக்கு இருக்காதா? நீ ஊரெல்லாம் சுத்திட்டு வரும்போது அய்யா போய்ட்டன்னா என்ன பண்ணுவீக?'' என்று தொண்டை அடைக்கப் பேச... முதலாளியின் நடிப்பில் அசந்து போய் நான் என் டயலாக்கைக் கோட்டை விட்டேன்.

''போதுங்க முதலாளி...'' என்ற நான் கண்களைத் துடைத்துக் கொண்டேன்.

''ரொம்ப சோகமாயிடுச்சுல்ல. இப்ப நீங்க ரெண்டு பேரும் ஏதாச்சும் லவ் சீன் பண்ணுங்க. நான் கிழவன்.. ஓரமா உக்காந்துக்கிறேன்'' என்று தரையில் அமர்ந்துகொண்டார்.

நான் யோசித்து, ''கடலோரக் கவிதைகள் படத்துல அடி ஆத்தாடி பாட்டுக்கு ஒரு வீட் சீன் வரும்ல்ல அதைப் பண்ணுவோம். தேவா.. நீ சத்யராஜ். நான் ரேகா. ஓகேவா?''

''ம்... ஓகே''

நான் ரேகா போல் கைகளைக் கட்டிக்கொண்டு, ''ஏன் தாஸ்... இதே மாதிரி ஒரு ஆடு திசைமாறி உன் கைல கிடைச்சா என்ன பண்ணுவ?'' என்றேன்.

''பிரியாணிதான். பட்டை கிராம்புல்லாம் போட்டு வெளாசிட மாட்டேன்.'' என்றான் தேவா.

''அதுவே ஜென்னியா இருந்தா?''

''டீச்சர்...'' என்று தேவா என்னை அதிர்ச்சியுடன் பார்க்க நான், ''அதுவே நானா இருந்தா...'' என்று கேட்க... முதலாளி சரியாக ''அடி ஆத்தாடி...'' என்று பாடலை ஆரம்பிக்க நான் ''முதலாளி... சூப்பர்...'' என்றேன். சிரித்தபடி திரையைப் பார்த்த முதலாளி, ''ஏதோ ஒரு படத்துக்கு ஸ்க்ரீனுக்கு சூடம் காட்டி, திரையைக் கொளுத்திப்புட்டானுங்களே... அது என்ன படம்டா?'' என்றார்.

''அம்மன் கோயில் கிழக்காலே...'' என்றான் தேவா.

''ம்... அதுல ஒரு சூப்பர் பாட்டு வருமே... ம்... சின்ன மணிக் குயிலே... மகேந்திரா... நீ பாடுடா...'' என்று முதலாளி கூறியவுடன் நான்...

''சின்ன மணிக் குயிலே... வெள்ளி மணி மயிலே...
எங்கே என் ஜோடி? நான் போறேன் தேடி...
இங்கே என் ஜோடி இல்லாம
கேட்டாக்கா பதிலும் சொல்லாம
குக்கூவென கூவுவதேனடி?
கண்மணி... கண்மணி...''

என்று பாட, முதலாளி எழுந்து லேசாக இடுப்பை ஆட்டி ஆட... நான், ''ஆ... முதலாளி...'' என்று பாய்ந்து அவரைக் கட்டிப்பிடித்துக் கொண்டேன். ''வேற ஏதாச்சும் நல்லா டப்பாங்குத்தாப் பாடு'' என்றார் முதலாளி.

''ஏய் ஆத்தா... ஆத்தோரமா வாரியா?
நான் பாத்தா... பாக்காமலே போறியா?''

முதலாளி வேகமாக ஆட நான் பாடல்களை மாற்றிக்கொண்டே இருந்தேன்.

''கட்டை வண்டி... கட்டை வண்டி
காப்பாத்த வந்த வண்டி...''

''பொதுவாக என் மனசு தங்கம்
ஒரு போட்டியின்னு வந்துவிட்டா சிங்கம்''

''ஆட்டமா... தேரோட்டமா?''

பாட்டு மாற்றி பாட்டுப் பாடி நாங்கள் மூவரும் அரை மணி நேரம் சேர்ந்தாற்போல் ஆடிவிட்டுக் களைத்துப் போய்ப் படுத்தோம். முதலாளி கண்களை மூடியபடி புன்னகையுடன், ''லைஃபுடா... அதான்டா லைஃபு'' என்று மீண்டும் மீண்டும் கூறிக்கொண்டிருந்தார்.

மறுநாள் காலை ராயல் டாக்கீஸ் மதில்சுவரை புல்டோஸர் இடித்தபோது, என் மனதின் ஞாபகங்களை யாரோ அறுப்பது போல் இருந்தது.

''பயமா இருக்கா?'' என்று ரேகாவிடம் கேட்கும் ''புன்னகை மன்னன்'' கமல்.

''செயினத் தாங்க கண்ணத்தான்...'' என்று கார்த்திக்கிடம் சிணுங்கும் ''வருஷம் 16'' குஷ்பு.

"என் கேரக்டரையே புரிஞ்சுக்கமாட்டேங்கிறியே..." என்று ஸ்டைலாகக் கூறும் "24 மணி நேரம்" சத்யராஜ்.

"காளி... நீ இப்ப காலி" என்று செயினைச் சுழற்றும் "உயிருள்ள வரை உஷா" டி. ராஜேந்தர்.

"உன்னோடிருந்த ஒவ்வொரு மணித்துளியும் மரணப் படுக்கை யிலும் மறக்காது கண்மணியே" என்று தமிழால் கொஞ்சிய "இருவர்" பிரகாஷ்ராஜ்...

என்று எல்லோரும் ஒரே வினாடியில் மனதில் வந்து போனார்கள். என் தோளை இறுகப் பிடித்து அழுத்திய தேவா, "மகேந்திரா... நம்ம இங்க இருக்கவேண்டாம்டா... வாடா..." என்றான் கண்கலங்க. நான் அவனுடன் திரும்பியபோதுதான் கவனித்தேன். முதலாளி எங்களுக்கு முன்பே புறப்பட்டுத் தொலைவில் நடந்து சென்றுகொண்டிருந்தார்.

ஆனந்த விகடன்
ஜனவரி 30, 2013

 # கம்யூனிஸ்ட் தம்பி

பஸ் தாம்பரத்தைத் தாண்டியதும் சுத்தமான காற்று முகத்தில் அறைந்தது. இனி நான்கு நாட்களுக்கு இயந்திரத்தனமாக இயங்கும் சென்னை வாழ்க்கை இல்லை. லஸ் கார்னர் சிக்னலில், காட்டன் சட்டையின் மேலிரண்டு

பட்டன்களைப் போடாமல் நடக்கும் பெண்ணைக் கண்டு அதிரத் தேவையில்லை. கார்ப்பரேஷன் அடி பம்ப் சப்தம் கேட்டு, ஆறு மணிக்கே எரிச்சலுடன் விழிக்க வேண்டியதில்லை. பெயர் தெரியாத மனிதர்களின் மூச்சுக்காற்றைச் சுவாசித்துக் கொண்டு, ட்வென்ட்டிநைன் சியில் பயணிக்கும் அவசியமில்லை...

திருச்சிக்குச் செல்லும் பொழுதெல்லாம் என்னிடம் சொல்ல வென்று அம்மாவுக்கு நிறைய விஷயங்கள் இருக்கும். ஆடிப் பெருக்கன்று அம்மா மண்டபம் சென்றபொழுது பெரியம்மாவைப் பார்த்தது பற்றி, அருணா தியேட்டரில் கும்பலே இல்லாமல் ''உயிரே'' சினிமா பார்த்தது குறித்து... என்று சொல்வதற்கு நிறைய விஷயங்கள் இருக்கும்.

பெரும்பாலான சமயங்களில் அம்மாவின் பேச்சு தம்பி கோபியைப் பற்றியதாகவே இருக்கும். கோபி பாலிடெக்னிக்கில் டிப்ளமோ படித்து முடிக்கும் வரை எல்லோரையும் போலத்தான் இருந்தான். பிறகு வேலையின்றிச் சோர்ந்து போயிருந்த இரண்டு ஆண்டுகளில் மிகவும் மாறிப் போனான். யாரிடமும் அதிகம் பேசுவது இல்லை. நல்ல உடைகள் உடுத்துவது இல்லை. சொந்தக்காரர் விசேஷங்களுக்கு வருவதில்லை. பாரதியார் பாஞ்சாலி சபதத்தில் சொன்னது போல் பொக்கென ஓர் கணத்தே... எல்லாம் போகத் தொலைத்துவிட்டான்.

ஒருமுறை ஊருக்குச் சென்றபொழுது அம்மா என்னை சமையலறைக்குக் கூப்பிட்டு ரகசியமாக, ''கோபிக்கு ஏண்டா புத்தி இப்படிப் போவுது? அவன் ரூம் செல்ஃபுல வச்சிருக்கிற புத்தகத்தை எல்லாம் பார்த்துட்டு வாடா'' என்றார். நான் யோசனையுடன் மாடி ஏறினேன். ஏதேனும் செக்ஸ் புத்தகங்களாக இருக்குமோ?

அவன் செல்பிலிருந்த புத்தகங்களை எடுத்துப் பார்த்தேன். வி.ஈ. லெனினின் ''இடதுசாரி கம்யூனிசம் - இளம் பருவக் கோளாறு'' என்றும் நூலைப் பற்றி மிஹயீல் துருஷ் எழுதியிருந்த புத்தகம். எங்கெல்சின், ''குடும்பம், தனிச்சொத்து, அரசு ஆகியவற்றின் தோற்றம்'' எனும் நூல் குறித்து இலி. அந்திரேயெவ் எழுதிய புத்தகம். மேலும் பல ரஷ்ய கம்யூனிஸ்ட் புத்தகங்கள்.

ஒரு புத்தகத்தை விரித்தேன். கோபி அண்டர்லைன் செய்திருந்த வரிகளை வாசித்தேன். ''இது வர்க்க உறவுகளில் உழைப்பிற்கும், மூலதனத்திற்கும் இடையிலான பல முரண்பாட்டால்

வெளிப்படுகிறது.'' தமிழ்தான். சத்தியமாக ஒரு அர்த்தமும் விளங்கவில்லை. புத்தகத்தை மூடி வைத்தேன். எனக்கு ஆச்சரியமாக இருந்தது. படிப்பதற்கு மிகவும் கடினமான இந்தப் புத்தகங்களையெல்லாம் எப்படி இவனால் படிக்க முடிகிறது? நாங்கள் மிகவும் செல்லமாக வளர்த்த கடைசிப் பையன் இல்லையா இவன்? தேங்கிப் போன இந்த நாட்களில் அவன் தனது உற்சாகத்தையும், குழந்தைத்தனத்தையும் இழந்து விட்டானா?

அம்மா, ''பாத்தியாடா மூர்த்தி?'' என்றார்.

''ம்... பார்த்தேன். எல்லாம் கம்யூனிஸ்ட் புக்ஸ்.''

''இவனுக்கு எதுக்குடா இதெல்லாம்? நம்ப குடும்பத்துல யாருக்கும் இந்தப் பழக்கமில்லை. கண்ட புத்தகத்தையெல்லாம் படிச்சுத்தான் மாறிப் போய்ட்டான். அதிகமா பேசறதுல்ல. நம்ப எது சொன்னாலும் ஒரு ம்... போட்டுக்குவான். அவ்வளவு தான். மாமா வந்தா அவர்கிட்ட கிரிக்கெட்டப் பத்திப் பேசுவான். அப்புறம் டி.வி.யில பி.பி.சி, டிஸ்கவரி சேனல் பாக்கறது. சொல்ற வேலைய உருப்படியா செய்யறதுல்ல. ஏதாச்சும் கேட்டா நீங்கள்லாம் பூர்ஷ்வா ஜாதிங்கறான், ஒரு மண்ணும் புரிய மாட்டேங்குது.''

''விடுங்க. அவனுக்கு வேலையில்லாத கவலை. அதனால் அவனுக்குள்ள ஒரு காம்ப்ளக்ஸ். அதனால யாருகிட்டேயும் ஒட்டறதுல்ல. எல்லா மனுஷனுக்கும் இந்த மாதிரி துவண்டு போய், தனிமைப்பட்டுப் போறப்ப ஒரு பிடிப்புத் தேவைப்படும். அந்த மாதிரி அவன் கம்யூனிசத்தப் பிடிச்சுக்கிட்டிருக்கான். வேற மாதிரி கெட்டுப் போகாம புத்தகம் படிக்கிறானே... அதுவரைக்கும் சந்தோஷம்தான்.''

''அதுக்கில்லடா. இப்படியே வளர்ந்து இவன் கம்யூனிஸ்ட்டா யிட்டான்னா?''

''ஆனா என்ன?'' என்று கேட்ட எனக்கு ஒன்றும் புரியவில்லை.

அன்று இரவு சாப்பிட்டுக் கொண்டிருக்கும்பொழுது, கோபி டைனிங் ரூமினுள் நுழைந்தான். எனக்கு எதிரேயிருந்த சேரை இழுத்துப் போட்டு அமர்ந்து கொண்டு, ''சாதம் போடுங்க'' என்றான். அம்மா மௌனமாகத் தட்டை எடுத்து வைத்து சாதம் போட்டார்.

‘‘வேர் இஸ் மை குட்டிப் பையன்?’’ என்று ஆர்ப்பாட்டமாகக் கேட்டபடியே அப்பா ரூமினுள் நுழைந்தார்.

‘‘ஆமாம் குட்டிப் பையன். நல்லா எருமை மாதிரி வளர்ந்து கம்யூனிஸ்ட் புத்தகம் படிச்சிக்கிட்டிருக்கு. இன்னும் குட்டிப் பையன்’’ என்றார் அம்மா.

‘‘அவன் என்னைக்கும் எனக்குக் குட்டிப் பையன்தாண்டி. குட்டி, உனக்கு என்ன வாங்கிட்டு வந்துருக்கேன் பாரு’’ என்று அப்பா கோபியின் கன்னத்தைப் பிடித்துக் கிள்ளினார். அவன் எரிச்சலாகக் கண்களை மூடித் திறந்தான். அம்மா என்னிடம் கிசுகிசுப்பாக, ‘‘அவன்கிட்ட கேளுடா’’ என்றார்.

‘‘என்ன கோபி... கம்யூனிஸ்ட் புத்தகமெல்லாம் படிக்க ஆரம்பிச்சுட்ட?’’ என்றேன்.

‘‘ஆமாம்’’ என்றான் கோபி.

‘‘என்ன திடீர்னு இதுல இன்ட்ரஸ்ட்’’

‘‘சும்மா தோணுச்சு. படிக்கிறேன்’’

‘‘நீ எந்த கம்யூனிஸ்ட்? இந்திய கம்யூனிஸ்ட்டா? மார்க்சிஸ்ட் கம்யூனிஸ்ட்டா?’’

‘‘இந்தியாவுல இருக்கறதெல்லாம் கம்யூனிஸ்ட் கட்சியே கிடையாது. இந்திய கம்யூனிஸ்ட் தலைவர்கள் குற்றச்சாட்டு எதுவுமில்லாம ஒழுக்கமா இருக்காங்க. அவ்வளவுதான்.’’

‘‘ஏன் கம்யூனிஸ்ட் கட்சியே இல்லங்குற? எனக்கு கம்யூனிசத்தப் பத்தித் தெரியாது. அதான் கேக்குறேன்.’’

‘‘இவங்க அநியாயத்த எதிர்த்து மக்கள திரட்டி புரட்சி செய்யணும். என்னக்கி இவங்க பார்லிமென்ட் டெமாக்ரஸிய ஏத்துக்கிட்டாங்களோ அப்பவே இங்க கம்யூனிசம் செத்துப் போயிருச்சு. இவங்க கம்யூனிசம் எனக்குப் புரியல.’’

‘‘இந்த நாட்டுச் சூழல்ல இங்க இருக்கற கம்யூனிஸ்ட் கட்சிகள் இப்படித்தான் இயங்க முடியும். வேற வழியில்ல. சரி அத விடு. அப்பன்னா நீ எந்த விதமான கம்யூனிஸ்ட்?’’

‘‘எந்தக் கம்யூனிஸ்ட்டும் கிடையாது. புத்தகம் படிக்கிறேன். கம்யூனிசம் தான் உலகத்துக்கு நல்லதுன்னு நினைக்கறேன்.’’

‘‘ரஷ்யாவிலேயே கம்யூனிசம் ஃபெயிலியராயிடுச்சு.’’

''அது கம்யூனிசத்தோட தப்பு இல்ல. அதை நடைமுறைப் படுத்தினவங்களோட தப்பு. கடைசியா கோர்பசேவோட தப்பு. எனக்கு நல்ல நம்பிக்கை இருக்கு. இப்பத் தோத்துப் போன கம்யூனிசத்துலேயிருந்து பாடம் கத்துக்கிட்டு இன்னும் வலுவா வரும். ஆனா அதுக்கு பல நூறு வருஷங்கள் ஆவும்'' என்று உணர்ச்சி வசப்பட்டுப் பேசி முடித்தான் கோபி.

ஆணித்தரமான அவன் பேச்சைக் கண்டு நாங்கள் எல்லோரும் வாயடைத்துப் போயிருந்தோம். அம்மா தாடையில் கையை வைத்துக் கொண்டு அவனை பிரமிப்புடன் பார்த்துக் கொண்டிருந்தார். அப்பா ''பாத்தியா என் குட்டிப் பையனை?'' என்பதுபோல் என்னைப் பார்த்துச் சிரித்தார். அம்மாதான் சுதாரித்துக் கொண்டு ''நீயேதான் இது மாறப் பல நூறு வருஷமாகும்னு சொல்ற. இப்ப ஏன் இந்தப் புத்தகமெல்லாம் படிச்சுக்கிட்டிருக்க?'' என்றார்.

கோபிக்குச் சட்டென்று கோபம் வந்தது. ''ஏன் படிச்சா என்ன?'' என்றான். யாரும் பதில் சொல்லவில்லை. அவனே தொடர்ந்து, ''இவன் தி.ஜானகிராமன், அசோகமித்ரன் படிக்கிற மாதிரி நான் கம்யூனிசம் படிக்கிறேன். எனக்குத் தெரியும். உங்களுக்கு இதெல்லாம் பிடிக்காது. ஏன்னா பாட்டாளி வர்க்கத்தப் பத்தி, தொழிலாளி வர்க்கத்தப் பத்தியெல்லாம் உங்களுக்கு அக்கறை கிடையாது.''

காலம்தான் ஒரு மனிதனிடத்தில் எவ்வளவு மாற்றங்களைக் கொண்டு வருகிறது? இரண்டு வருடத்திற்கு முன்பு வரை சிரிப்பும் கூத்தும், ரஹ்மான் பாட்டுமாக இருந்த பையன், எவ்வளவு பெரிய வார்த்தைகளைப் பேசுகிறான்.

நீண்ட நாட்கள் கோபி அப்படித்தான் இருந்தான். அந்த இளவயசுக்குரிய பையன்கள் போல் இருக்கவில்லை. நண்பர்களோடு பைப்படியில் அமர்ந்து, ''சினிமா பாட்டு பாடவில்லை டீக்கடையில் நண்பர்களுடன் மணிரத்னம் சினிமா குறித்து விவாதிப்பதில்லை. ஜீன்ஸ் பேண்ட் வேண்டும் என்று அடம் பிடிப்பதில்லை.

இப்படியே இருந்த அவன் வாழ்க்கையில் காலம் மீண்டும் மாற்றங்களைக் கொண்டு வந்தது. பேங்கில் லோன் வாங்கி, எலக்ட்ரானிக்ஸ் சாதனங்களுக்கு, உதிரிப் பொருட்கள் தயாரிக்கும்

ஒரு சின்ன ஃபாக்டரி ஆரம்பித்தான். திடீரென்று எலக்ட்ரானிக்ஸ் சாதனங்களுக்கான டிமாண்ட் அதிகரிக்க, அவனுக்கு ஆர்டர்கள் வந்து குவிந்தன. எட்டே மாதத்தில் வெற்றிக் கொடியைப் பறக்க விட்டான். படிப்பதற்கு நேரமில்லாத பிஸியான தொழிலதிபராகி விட்டான். முதலாளிகள் போடும் ஆலன் ஷோலி சட்டை அணிகிறான். முதலாளிகள் சாப்பிடும் பெரிய ஹோட்டல்களில் சாப்பிட்டு விட்டு, "கீப் தி சேஞ்ச்" என்று வெய்ட்டரிடம் சொல்லிவிட்டு வருகிறான்.

கோபியின் வாழ்க்கையில் இப்படி மாற்றங்கள் நிகழ்ந்த பிறகு, அம்மாவுக்கு என்னிடம் சொல்வதற்கு விஷயங்கள் குறைந்து விட்டன. அம்மா இந்த முறை சொல்வதற்கு என்ன விஷயம் வைத்திருப்பார் என்று நினைத்துக் கொண்டே திண்டிவனம் தாண்டியவுடன் தூங்கிப்போனேன்.

பஸ் வழியில் டிராபிக்கில் மாட்டி ஊர் வந்து சேர காலை எட்டு மணியாகிவிட்டது.

நான் வீட்டினுள் நுழையும்போது கோபி அவன் கம்பெனி மானேஜரிடம் கோபமாகப் பேசிக் கொண்டிருந்தான்.

"வேல செய்யறது நாப்பது பேரு. இதுக்கு ஒரு யூனியன் ஆரம்பிக்கிறானுங்களா?" என்றான் கோபி.

"ஆமாம் சார். ஆரம்பிச்சு போனஸ் கேக்கப் போறாங்களாம்."

"அடி செருப்பால... கம்பெனி ஆரம்பிச்சு ரெண்டு வருஷம் கூட ஆகல. அதுக்குள்ள போனஸ் கேக்குதா? யாரு... ரங்கசாமி தானே துள்றான். அவனை அழைச்சுட்டு வாங்க. நான் பேசிப் படிய வைக்கிறேன்."

"நான் பேசிப் பாத்துட்டேன் சார். கேக்க மாட்டேங்குறான்"

"நன்றி கெட்ட நாய்ங்க..." கோபி தொடர்ந்து இன்னும் என்னென்னவெல்லாமோ பேசிக் கொண்டேயிருந்தான்.

கல்கி
12.12.99

5

# சின்னா

நான்... மகேந்திரன். எனது வாழ்க்கையைப் பற்றிச் சொல்வதென்றால், பத்தாங்கிளாஸ் படிக்கும்போது பொம்பளைப் பிள்ளைகளோடு கபடி விளையாடியதைத் தவிர விசேஷமாகச் சொல்ல ஒன்றுமில்லை. பெரிய திருப்பங்களோ, போராட்டங்களோ இல்லாத, துல்லியமான நேர்கோட்டிலமைந்த வாழ்க்கை.

நான் எம்பிஏ படித்து, ரிசல்ட் வருவதற்குள் வேலை கிடைத்து, ஒரு மூக்கு மச்சப் பெண்ணை திருமணம் செய்து, குழந்தைகள் பெற்று... ஆவ்... எனக்கே கொட்டாவி வருகிறது. எவ்வளவு போரான வாழ்க்கைப் பாருங்கள். இருப்பினும் இந்த நாற்பது ப்ளஸ் வாழ்க்கை நண்பர்களாலேயே சுவாரஸ்யப்பட்டிருக்கிறது. அதுவும் என் நண்பன் சின்னாவைப் பற்றி நீங்கள் அவசியம் தெரிந்துகொள்ளவேண்டும். நடிகை சமந்தாவும், சின்னாவும் ஒரே

நேரத்தில் என்னை சந்திக்கவேண்டும் என்று விரும்பினால், நான் சின்னாவைத்தான் முதலில் சந்திப்பேன். ஏன்?

அப்போது நான் திருச்சி அருகே ஒரு கிராமத்துக் கல்லூரியில் ஹாஸ்டலில் தங்கிப் படித்துக் கொண்டிருந்தேன். எங்கள் ஹாஸ்டலில் மாதத்திற்கு ஒரு முறை, மைதான மேடையில் திரை கட்டி, வெளிவந்து நான்கைந்து ஆண்டுகள் ஆன சினிமாக்களைப் போடுவார்கள். எங்கள் ஹாஸ்டல் வார்டன் பெருமாள், ரிட்டயர்டு புரொஃபஸர். நெற்றியில் பட்டை, குங்குமத்தோடு பக்திப் பழமாக கையில் கர்ச்சீப்புடன் ப்ரொஜெக்டர் அருகிலேயே அமர்ந்திருப்பார்.

படத்தில் ஏதேனும் விபரீதமாக(?) நடப்பதற்கான அறிகுறிகள் தெரிந்தாலே... உதாரணத்திற்கு படுக்கை மீது மல்லிகைப் பூக்களைக் காட்டினாலே உஷாராகி லென்ஸின் மீது கர்ச்சீப்பைப் போட்டு அக்காட்சி திரையில் தெரிவதை மறைத்துவிடுவார். படத்தில் கதாநாயகி மழையில் நனைவதைக் காட்டினால் அவ்வளவுதான். லென்ஸில் போட்ட கர்ச்சீப்பை ஐந்து நிமிடங்கள் எடுக்கமாட்டார். இந்த கர்ச்சீப் போடும் வேலையை முதலில் பியூன் பிச்சைமுத்துதான் செய்து வந்தார். இருப்பினும் சில காட்சிகளில் அவர் உணர்ச்சிவசப்பட்டு கர்ச்சீப் போட மறந்துவிடுவார். இத்தகவல் வார்டனை எட்டி... அவர் சர்ப்ரைஸ் விசிட் அடித்தபோது, "ஜெகன்மோகினி" படத்தில் ஜெயமாலினி டான்ஸைப் பிச்சைமுத்து வெள்ளந்தியாகப் பார்த்துக் கொண்டிருந்தார். பின்னாலிருந்து பிச்சைமுத்துவின் தோளில் வார்டன் கைவைக்க... அவர் திரையிலிருந்து கண்களை விலக்காமல் வார்டனின் கையைத் தட்டிவிட்டார். கடுப்பான வார்டன் பிச்சைமுத்துவைச் சேரோடு கீழே தள்ளிவிட்டார். கீழே விழுந்தும் திரையிலிருந்து கண்களை விலக்காமல் எழுந்த பிச்சைமுத்துவைத் திட்டித் தீர்த்த வார்டன் பின்னர் அந்தப் பொறுப்பைத் தானே எடுத்துக்கொண்டார்.

எங்கள் ஹாஸ்டலில் "மூன்றாம் பிறை" படம் திரையிட்ட போதுதான் சின்னா எனக்கு அறிமுகமானான். நான் ப்ரொஜெக்டர் பக்கத்திலேயே அமர்ந்திருந்தேன். அருகில் சேர் போட்டு அமர்ந்திருந்த வார்டன் பேண்ட் பாக்கெட்டில் கர்ச்சீப்புடன் தயாராக இருந்தார். படம் ஆரம்பிப்பதற்கு முன்புதான் என் பக்கத்தில் உட்கார்ந்திருந்தவனைக் கவனித்தேன். ஹாஸ்டலுக்குப் புதிது. நன்கு உயரமாக, ஜிம் பாடியுடன் இருந்தான்.

‘‘புதுசா?’’ என்றேன்.

‘‘ஆமாம். போன வாரம்தான், செகண்ட் இயர் கெமிஸ்ட்ரி ஜாயின் பண்ணேன்.’’

‘‘காலேஜ் ட்ரான்ஸ்ஃபரா? உன் பேரு...’’

‘‘சின்னக்கண்ணன். எல்லாரும் சின்னான்னு கூப்பிடுவாங்க’’

‘‘என் பேரு மகேந்திரன். பிகாம் செகன்ட் இயர். நடுவுல ஏன் காலேஜ் மாறின?’’

‘‘நான் எங்க மாறினேன்... வேற காலேஜ் போயிடு. இல்லன்னா டிஸ்மிஸ் பண்ணுவன்னு சொல்லிட்டாங்க’’

‘‘அப்படி என்ன பண்ண?’’

‘‘காலேஜ் சுவத்துல, எங்க காலேஜ்ல படிச்சுட்டிருந்த ஒரு பொண்ண வரைஞ்சிருந்தேன். புடவைல்லாம் கட்டி டீஸன்ட்டாதான் வரைஞ்சிருந்தேன். அந்தப் பொண்ணு பாத்துட்டு எங்கிட்ட ஒரே தகராறு’’

‘‘ஏன் வரைஞ்சன்னா?’’

‘‘இல்ல... பல்ல கொஞ்சம் தெத்துப் பல்லா போட்டுட்ட, கூந்தல் நீளம் குறைஞ்சிடுச்சுன்னு கண்ணக் கசக்கிகிட்டு அழுதா. நான் இருக்கிறதத்தான் வரையமுடியும்ண்ணேன். அவ கடுப்பாயி அவங்கப்பாகிட்ட போய் சொல்லிட்டா. அவரு என்னை வேற காலேஜ்க்கு போன்னு ட்ரான்ஸ்ஃபர் பண்ணிட்டாரு’’

‘‘அவரு எப்படி உன்னைக் காலேஜ் மாத்தமுடியும்?’’

‘‘அவருதான் காலேஜ் பிரின்ஸிபால்’’ என்று சின்னா கூறியவுடன், ‘‘ஆத்தாடியோவ்...’’ என்று அலறிய நான் சற்றுத் தள்ளி அமர்ந்து கொண்டேன். சின்னா சிரித்தபடி, ‘‘வார்டன் ஏன் ப்ரொஜெக்டர் பக்கத்துலயே உக்காந்திருக்காரு?’’ என்றான்.

‘‘கொஞ்சம் எசகு பிசகா சீன் வந்தா, கர்ச்சீப்ப லென்ஸ்ல போட்டு மூடிடுவாரு. ‘‘குரு’’ படத்துல ஸ்ரீதேவி ஆடுன டான்ஸ்க்கே கர்ச்சீப்பை போட்டு மறைச்சுட்டாரு. மூன்றாம் பிறைல சிலுக்கு டான்ஸ் இருக்கு. ஃபுல் ப்ரொஜக்ட்டரையும் போர்வையப் போத்தி மூடிடுவாருன்னு நினைக்கிறேன்’’ என்றேன் நான்.

‘‘என்னது... சில்க்க மறைச்சிடுவாரா?’’ என்ற சின்னாவின் முகம், டாக்டர் அவனுக்கு ‘‘எய்ட்ஸ்’’ என்று சொன்னால்

எப்படி மாறுமோ அப்படி மாறியிருந்தது. டைட்டிலில் சில்க் ஸ்மிதா பேரைப் பார்த்தவுடனே முன் வரிசை மாணவர்கள் கைதட்டி வரவேற்க... வார்டன் திரும்பி சின்னாவை நோக்கி, ''சில்க் ஸ்மிதா... பேரு புதுசா இருக்கே... ரொம்ப ஃபேமஸோ? பசங்கள்லாம் கைத் தட்டுறாங்க. பொண்ணு நல்லா நடிக்குமா?'' என்றார் அப்பாவியாக. சரோஜாதேவிக்கு பிறகு வந்த நடிகைகள் யாரையும் அவருக்குத் தெரியாது.

''சூப்பர் ஆக்டிங் சார்'' என்றான் சின்னா.

''கண்ணாம்பா அளவுக்கு நடிக்குமா?''

''கண்ணாம்பான்னா?''

''உனக்குத் தெரியாது விடு. அதென்ன சில்க் ஸ்மிதா. பேரே வித்தியாசமா இருக்கு.''

''அவங்க முதல் படம் வண்டிச்சக்கரம். அதுல அவங்க கேரக்டர் பேரு சில்க்கு. அதனால சில்க் ஸ்மிதான்னு வச்சுக்கிட்டாங்க...''

''பரவால்லயே... இவ்ளோ விவரம் தெரிஞ்சு வச்சிருக்க...''

''இன்னும் நிறையத் தெரியும் சார். சிலுக்கோட சொந்த ஊர், ஆந்திரா, ராஜமகேந்திரபுரம் பக்கத்துல பேவாலிங்கிற கிராமம். அம்மா பேரு நரசம்மா. சிலுக்கோட ஒரிஜினல் பேரு விஜயலட்சுமி. ஒரு தம்பி கூட இருக்கிறதாக் கேள்விப்பட்டேன். நாளைக்கு கன்ஃபர்ம் பண்ணி சொல்றேன்...'' என்று சின்னா சீரியஸாகக் கூற... வார்டன் அவனை முறைத்தபடி, ''நாளைக்கு எப்ப சொல்ற?'' என்றார்.

''நாளைக்கு காலைல காலேஜ் போறதுக்குள்ள சொல்லிடு றேன்.''

''அடி செருப்பால...'' என்று அவன் தலையில் ஓங்கி அடித்த வார்டன், ''இதுல எல்லாம் விவரமா இரு... பீகாரோட தலைநகர் என்னடா?'' என்றார். அதற்கு அவன் சொன்ன பதிலைக் கேட்டு வார்டன் மேலும் டென்ஷனாகி ''நீ உருப்படவேமாட்ட...'' என்று மீண்டும் ஓங்கி அவன் தலையில் அடித்தார். சின்னா பீகாரின் தலைநகர் பாட்னா என்பதற்குப் பதிலாகப் பம்பாய் அல்லது கல்கத்தா என்று சொல்லியிருந்தால் கூட வார்டன் அவனை மன்னித்திருப்பார். சின்னா பீகாரின் தலைநகர் மகாராஷ்டிரா என்று சொன்னான்.

சின்னாத் தலையைத் தடவியபடி என்னிடம், ''நான் யாருன்னு தெரியாம வார்டன் கை வச்சுட்டாரு. இப்பப் பாரு...'' என்றான் சின்னா. சில நிமிடங்கள் கழித்து வார்டன் தீவிரமாகப் படம் பார்த்துக் கொண்டிருக்க, அவருடைய பேண்ட் பாக்கெட்டுக்கு வெளியே நீட்டிக்கொண்டிருந்த கர்ச்சீப்பை சின்னா நைஸாக உருவி எடுத்துவிட்டான். நான், ''கர்ச்சீப்ப எடுத்துட்டாலும் வேற எதையாச்சும் போட்டு மறைப்பாரே...'' என்றேன்.

''அதுக்கும் நான் ஒரு ஐடியா வச்சிருக்கேன். அவரப் படத்த பாக்கவிட்டாத்தானே...'' என்ற சின்னா சற்று பின்னால் தள்ளி அமர்ந்துகொண்டான். திரையில் சில்க்கு பூர்ணம் விஸ்வநாதனுடன் தோன்றிய அடுத்த வினாடியே ஒரு சிறிய கல்லை எடுத்து வார்டன் மீது வேகமாக எறிந்துவிட்டு சட்டென்று திரும்பிக்கொண்டான். வார்டன் திரும்பிப் பார்த்தார். ஒன்றும் புரியாமல் மீண்டும் திரையை நோக்கித் திரும்ப... சின்னா மீண்டும் கல்லை வீச... வார்டன் திரும்பினார். அதற்குள் திரையில், உலகிலேயே சிறந்த மனிதர் போன்ற தோற்றத்திலிருந்த பூர்ணம் விஸ்வநாதன் துர்நோக்கத்துடன் சில்க்கை நெருங்க... பசங்கள் வார்டன் ஏன் இன்னும் கர்ச்சீப்பைப் போடவில்லை... என்று திரும்பி பார்த்தார்கள்.

''எந்த நாய்டா கல்லப் போடுறது?'' என்று வார்டன் சேரை சைடாக போட்டு ஓரக்கண்ணால் எவன் கல்லை எறிகிறான் என்று கவனிக்க ஆரம்பித்தார். திடீரென்று திரும்பி திரையைப் பார்த்த வார்டன் பதறிப்போய் ''பாவிகளா....'' என்றபடி பாக்கெட்டில் கையைவிட... கர்ச்சீப் அங்கு இல்லை. மேலும் பதட்டமான வார்டன் தானே லென்சுக்கு முன்னால் சென்று நின்று படத்தை மறைத்துக் கொண்டார்.

படத்தில் மேற்கொண்டு என்ன நடந்தது என்று தெரியாமல் கலங்கிப்போன மாணவர்கள் ஆத்திரத்தின் உச்சிக்குச் சென்றனர். முழு உணவு பறிக்கப்பட்டவனின் கோபத்தை விட, பாதி உணவில் பந்தியிலிருந்து எழுப்பப்பட்டவனின் கோபத்திற்கு வீரியம் அதிகம். எனவே மாணவர்கள், ''மறைக்காதே... மறைக்காதே...'' ''முக்கிய(?) காட்சிகளை மறைக்காதே...'' என்று கோஷமிட்டனர். வார்டன் ''வாய மூடுங்கடா...'' என்று கத்தியபடி கீழேயிருந்த மண்ணை எடுத்து மாணவர்களை நோக்கி வீசி எறிய... பதிலுக்கு மாணவர்கள் மண்ணை வீச... அந்த இடமே களேபரமானது. வார்டன் ''படத்தை நிறுத்து...'' என்று அலறினார். ஆபரேட்டர்

படத்தை நிறுத்த.... அந்த கலவரத்திற்கு நடுவே நான் சின்னா எங்கே என்று தேடினேன். அவன் ப்ரொஜக்டர் ஸ்பூலிலிருந்து ஃபிலிமை .இழுத்து ஃபிலிமிலிருந்த சில்க் ஸ்மிதாவைப் பார்த்துக் கொண்டிருந்தான்.

பிறகு நான் சின்னாவிடம், ''ஏன்டா... வார்டன் மேல கல்ல விட்டெறியறியே... உனக்குப் பயமே இல்லையா?'' என்றேன். ரஜினிகாந்த் போல் ''ஹா... ஹா... ஹா....'' சத்தமாகச் சிரித்தபடி, ''பயம்ங்கிறது வெளிய இருந்து வர்றதில்ல. உள்ளருந்து வர்றது...'' என்ற சின்னா அன்று முதல் என் நெருங்கிய நண்பனானான்.

எங்கள் ஹாஸ்டலைச் சுற்றி வீடுகள் எல்லாம் கிடையாது. வெறும் வயக்காடுதான். வயக்காட்டில் நிறையத் தரைக்கிணறுகள் இருக்கும். அதில் எங்கள் ஹாஸ்டலில் படிக்கும் மாணவன் ஒருவன் தவறி விழுந்து இறந்துவிட்டான். அவன் வீட்டிற்குத் தகவல் சொல்லிவிட்டு, உடலை ஹாஸ்டல் வராண்டாவில் வைத்திருந்தார்கள். இறந்துபோன பையனின் பெற்றோர் சேலத்திலிருந்து வரவேண்டும். உடலை எடுப்பதற்கு முன்பு படுக்கச் செல்லவேண்டாம் என்று வார்டன் எங்கள் அனைவரையும் க்ரௌண்டிலேயே அமர வைத்திருந்தார். நாங்கள் ரவுண்டு, ரவுண்டாக அமர்ந்து பேசிக்கொண்டிருந்தோம்.

இரவின் மெல்லிய நிலவொளியில் அந்தப் பையன் விழுந்து இறந்த கிணறு தூரத்தில் தெரிய... நான் அருகிலிருந்த மாரிமுத்துவிடம், ''அந்தக் கிணத்தப் பாக்கவே பயமா இருக்குடா...'' என்றேன். ''இன்னும் கொஞ்ச நாளைக்கி ஒரு பயலும் அந்த கிணத்துப் பக்கமே போகமாட்டான்'' என்றான் மாரிமுத்து.

''ஏன்?'' என்றான் சின்னா அலட்சியமாகக் கிணற்றைப் பார்த்தபடி.

''பேய் கீய் அடிச்சுடும்னு பயம்தான்.''

''பேயாவது, பூதமாவது? நான் இப்பக்கூடப் போவேன்'' என்றான் சின்னா.

''டேய் சும்மா ஃபிலிம் காட்டாத. இப்ப ராத்திரி பன்னிரெண்டு மணிக்கு போச்சொன்னாப் போவியா?''

''போறது என்ன... உள்ள இறங்கி தண்ணிக் குடிச்சுட்டே வருவேன்...'' என்ற சின்னாவை சில வினாடிகள் உற்று பார்த்த

மாரிமுத்து, ''சரிடா... செத்துப்போன பையன் வீட்லருந்து ஆள் வர எப்படியும் நடுராத்திரி ஆயிடும். அதுவரைக்கும் இங்கதான் உக்காந்திருப்போம். சரியா ராத்திரி 12 மணி அடிச்சவுடனே போ. போய் கிணத்துல இறங்கி...'' என்ற மாரிமுத்து தனது கழுத்தில் கிடந்த துண்டை எடுத்து சின்னாவிடம் காண்பித்து, ''இந்த துண்டை கிணத்துத் தண்ணில நனைச்சு எடுத்துட்டு வந்தீன்னா... இந்த எலக்ட்ரானிக் வாட்சை உங்கிட்டத் தந்துடுறேன்'' என்றான். நாங்கள் அசந்துபோனோம். அப்போதுதான் எலக்ட்ரானிக் வாட்ச் புதிதாக வந்திருந்த காலமது.

இரவு மணி பன்னிரெண்டை நெருங்க... சின்னா எழுந்தான். நான் அவனிடம், ''டேய்... வேண்டாம்டா. இன்னும் பாடிய கூட எடுத்துட்டுப் போகல...'' என்றேன்.

''அதுக்கும், இதுக்கும் என்னடா சம்பந்தம்? மாரிமுத்து... நீ உன் துண்டத் தா'' என்ற சின்னா துண்டை வாங்கிக்கொண்டு நடக்க ஆரம்பித்தான். அந்தக் கிணறு நாங்கள் அமர்ந்திருந்த இடத்திலிருந்து ஏறத்தாழ அரை கிலோமீட்டர் தூரம் இருக்கும். ஆனால் வழியில் மறைப்பு ஏதும் இல்லாததால் எங்களால் அங்கிருந்தே கிணறைப் பார்க்க முடியும். சின்னா கிணறை நோக்கி நடக்க ஆரம்பிக்க... நாங்கள் எல்லோரும் அமைதியானோம். மைதானத்தைக் கடந்து சாலையில் சின்னா ஏறியவுடன் எனக்குப் பக்கென்றது. நான் மாரிமுத்துவிடம், ''டேய்... எனக்கு பயமாயிருக்குடா...'' என்றேன். ''டேய்... அவன் சும்மா ஃபிலிம் காட்டுறான்டா. இப்ப வந்துடுவான்'' என்றான் மாரிமுத்து.

அங்கிருந்து சின்னா திரும்பி எங்களைப் பார்த்து கையை உயர்த்திக் காண்பித்தான். பிறகு சாலையிலிருந்து கிணற்றை நோக்கிப் பிரிந்து சென்ற வரப்பின் மீது ஏறி நடக்க ஆரம்பிக்க... எனக்குப் பயத்தில் வியர்த்து வடிய ஆரம்பித்துவிட்டது. வரப்பு முடியும் இடத்தில் கிணறு இருந்தது. சின்னா கிணறை நெருங்க நெருங்க... எனது இதயம் பயங்கரமாகத் துடிக்க ஆரம்பித்தது. மாரிமுத்து, ''டேய்... என்னடா.... நிஜமாவே போறான்'' என்றான் பதட்டத்துடன்.

தரைக் கிணற்றின் படியிறங்கும் இடத்திலிருந்து ஒரு முறை எங்களைத் திரும்பிப் பார்த்த சின்னா படிகளில் இறங்க ஆரம்பித்தான். அவன் தலை ஸ்டெப் ஸ்டெப்பாகக் கீழே இறங்கி பின்னர் மறைந்துவிட்டது. அடுத்து வந்த வினாடிகளில் என் உயிர் என்

கையிலேயே இல்லை. மனசு திக் திக்கென்று அடித்துக்கொள்ள... கிணற்று மேட்டையே நாங்கள் பார்த்துக் கொண்டிருந்தோம். ''என்னடா... இன்னும் ஆளக் காணோம்....'' என்று நான் அழுவது போல் கேட்ட வினாடியில், சின்னாவின் தலை தெரிந்தது. மெல்ல மெல்லப் படியேறி வந்த அவனைப் பார்த்த பிறகுதான் எனக்கு மூச்சு வந்தது.

வெற்றிப் புன்னகையுடன் எங்களை நெருங்கிய சின்னாவை நாங்கள் பிரமிப்புடன் பார்த்தபடி நிற்க... சின்னா தன் கையிலிருந்த துண்டை உயர்த்தி அதிலிருந்து வழிந்துகொண்டிருந்த நீரைப் பிழிந்து எடுத்தான். மாரிமுத்து சட்டென்று தன் வாட்ச்சைக் கழட்டி அவன் கையில் மாட்டிவிட்டு, ''நீதான்டா ஆம்பள'' என்றான்.

ஒருமுறை ஹாஸ்டலில் ''நீயா?'' படம் காண்பித்தார்கள். திரையில் ஸ்ரீப்ரியா, ''ஒரே ஜீவன் ஒன்றே உள்ளம்... வாராய் கண்ணா...'' என்று ஆடிக்கொண்டிருக்க.... அப்போதுதான் நான் அந்தப் பாம்பைக் கவனித்தேன். திரை மேடையில் ஒரு பாம்பு படம் எடுத்தபடி ஸ்ரீப்ரியாவை பார்த்துக் கொண்டிருந்தது. ''டேய்.... பாம்புடா...'' என்று நான் அலறிய பிறகுதான் அனைவரும் பாம்பைக் கவனித்துவிட்டு... வேகமாக சலசலப்பு டன் எழுந்தார்கள். பாம்பு இந்தச் சலசலப்புக்கெல்லாம் அசராமல் ஸ்ரீப்ரியாவையே பார்த்துக் கொண்டிருந்தது. சின்னா மட்டும் கொஞ்சமும் கலங்காமல், ''அது ஒண்ணுமில்ல மச்சி... படத்துல ஸ்ரீப்ரியா பாம்பாத்தான வருது. அதான் வந்துருச்சு...'' என்று கூறிச் சிரித்தான்.

இப்போது மாணவர்கள் பக்கம் திரும்பிய பாம்பு படம் எடுத்து, ''என் படத்தப் பாருங்கடா...'' என்பதுபோல் தலையை இடதும், வலதுமாக அசைக்க... முன்வரிசை மாணவர்கள் தெறித்து ஓடினர். எல்லோரும் பின்னால் ஓடி வந்தார்களே தவிர, முன்னால் செல்ல யாருக்கும் தைரியம் இல்லை. சின்னாதான் மின்னல் வேகத்தில் செயல்பட்டான். சட்டென்று அருகிலிருந்த வேப்ப மரத்தில் ஏறி, ஒரு கவட்டைக் கிளையை உடைத்துக்கொண்டு கீழே இறங்கினான்.

மேடையில் ஏறிய சின்னா கவட்டைக் குச்சியால் பாம்பைத் தள்ளிவிட அது துள்ளிக் குதித்து ஓட முற்பட்டது. வேகமாக செயல்பட்ட சின்னா பாம்பின் நீண்ட வாலில் காலை வைத்து மிதிக்க... நாங்கள் அலறினோம். பாம்பு வெடுக்கென்று தன்

தலையைத் திருப்பி நாக்கை நீட்டியபடி சின்னாவின் காலை நோக்கி சீற்றத்துடன் வந்தது. நான் பயத்தில், ''சின்னா...'' என்று அலற... சட்டென்று சின்னா தன்னிடமிருந்த கவட்டையை சரியாக பாம்பின் கழுத்தில் பொருத்தி அழுத்தமாக தரையில் ஊன்றி நிறுத்த... பாம்பின் ஓட்டம் நின்றது. பாம்பு ஆவேசமாக தலையை அங்குமிங்கும் திருப்ப... சின்னா மேலும் மேலும் தனது பிடியை இறுக்கிக்கொண்டிருந்தான். பாம்பின் வால் படபடவென்று துடித்தது.

சின்னா சிறிதும் பதட்டப்படாமல் கவட்டையை இறுக்கிப் பிடித்தபடி குனிந்து அதன் தலையில் ஓங்கித் தட்டி, ''ஸ்ரீப்ரியாவப் பாக்கணுமா உனக்கு? அப்படியே விட்டன்னா பாரு...'' என்று மீண்டும் தட்ட... அது நாக்கை வெளியே நீட்டி சீறியது. நான் சின்னாவிடம் ஒரு கல்லை நீட்டி... ''மண்டைல அடிச்சு கொல்லுடா'' என்றேன். ''சீ... இதைப் போய் யாராவது கொல் வாங்களா? அது யாரையாச்சும் கடிச்சுதா? அது பாட்டுக்கும் வந்து ஸ்ரீப்ரியாவப் பாத்துகிட்டு உக்காந்திருக்கு'' என்ற சின்னா லாகவமாக அதை இரண்டு குச்சியால் தூக்கிக்கொண்டு சென்று வெளியே விட்டான்.

இவ்வாறாக கல்லூரி முடிககும வரையில் தனது சாகசச் செயல்களால் சின்னா என்னை ஆச்சர்யப்படுத்திக்கொண்டே இருந்தான். எங்கள் ஊர் காவிரி வெள்ளத்தில் சிக்கிய மூன்று சிறுவர்களைக் கொஞ்சமும் யோசிக்காமல் நீரில் குதித்துக் காப்பாற்றினான். மார்க்கெட்டில், ஒரு பெண்ணின் செயினைப் பறித்துக்கொண்டு கத்தியைக் காட்டி மிரட்டியபடி ஓடிய திருடனைப் பாய்ந்து சென்று பிடிக்க சின்னாவால் மட்டுமே முடிந்தது.

கல்லூரி முடித்தவுடன் தனது ''மாவீரன்'' என்ற அடையாளத்தை உறுதிப்படுத்துவது போல் சின்னா ராணுவத்தில் சேர்ந்தான். ட்ரெய்னிங் முடிந்து காஷ்மீரில் போஸ்ட்டிங் ஆனது. சில ஆண்டுகளுக்குப் பிறகு ஒருமுறை திருச்சி, வெக்காளியம்மன் கோயிலில் நான் சின்னாவைப் பார்த்தேன். அப்போது அவன் தனது ராணுவ அனுபவங்களைக் கூறினான்.

''குப்வாரா டிஸ்ட்ரிக்ட் லோலாப் ஏரியாதான், தீவிரவாதிங்க அடிக்கடி இன்ஃபில்ட்ரேட் ஆவுற ஏரியா. ஒருநாள் நைட்டு நாங்க பதினெட்டு பேர் ஒரு குரூப்பா ரோந்து வந்துட்டிருக்கோம். எதிர

பெரிய பனிமலை. குளிரு உடம்ப நடுக்கி எடுத்திட்டிருக்கு. அப்ப திடீர்னு கொத்து, கொத்தா தீவிரவாதிங்க பாகிஸ்தான் கொடியோட மலைப்பனில சரிஞ்சுகிட்டு வந்தாங்க. நாங்க உடனே சுட ஆரம்பிச்சோம். அவங்க ஏகே 47ல சுட்டுக்கிட்டே இறங்குறாங்க. அரை மணி நேரம் ஹெவி ஃபைட்'' என்று அவன் விரிவாகக் கூற... கூற... என் உடம்பெல்லாம் புல்லரித்தது. அதன் பிறகு நான் சின்னாவைப் பார்க்கவே இல்லை.

பல ஆண்டுகள் கழித்து, கடந்த வாரம் நான் டெல்லி சென்றிருந்த போது சின்னாவை மீண்டும் பார்த்தேன். டெல்லி. மோடி டவர்ஸில் கொத்து கொத்தாக நடமாடிக்கொண்டிருந்த இளம் பெண்களை கள்ளம் கபடமில்லாமல்(?) பார்த்தபடி நடந்துகொண்டிருந்தேன். அப்போது எதிரில் வந்த ஒருவன் திடீரென்று, ''மகேந்திரா...'' என்று பாய்ந்து என்னைக் கட்டிப்பிடிக்க... பிறகுதான் முகத்தைக் கவனித்தேன். சின்னா.

''மச்சா...'' என்று நானும் சந்தோஷத்துடன் அவனை அணைத்துக் கொண்டேன். ''நீ எங்கடா இங்க?'' என்றான் சின்னா.

''நான் சென்னைல ஒரு பிரைவேட் கம்பெனில வேலைல இருக்கேன். ஆஃபிஸ் வேலையா டெல்லி வந்துருக்கேன்... நீ டெல்லிலதான் இருக்கியா?''

''ஆமாம்... இப்ப டெல்லில போஸ்ட்டிங். அப்புறம்... இது என் ஒய்ஃப் ரேகா...'' என்று பக்கத்தில் நின்றிருந்த பெண்ணை அவன் அறிமுகப்படுத்தி வைக்க.... அப்போதுதான் அவளைக் கவனித்தேன். அந்தப் பெண் மிக, மிக ஒல்லியாக, குள்ளமாக.... ஐந்தடி உயரத்திற்கும் குறைவாகவே இருந்தாள். முகம் வெளுத்து, அனீமிக்காக காற்றடித்தால் பறந்து விடுபவள் போல் இருந்தாள். உடல் எடை 40 கிலோ இருந்தால் பெரிய விஷயம். பக்கத்தில் சம்பந்தமே இல்லாமல் ஆஜானுபாகுவான தோற்றத்தில் சின்னா.

''இங்க எங்க தங்கியிருக்க நீ?'' என்றான் சின்னா என் கையைப் பிடித்தபடி.

''ஹோட்டல்லதான்...''

''இன்னைக்கி ராத்திரி உனக்கு எங்க வீட்டுல விருந்து...'' என்றவுடன் ரேகா சின்னாவின் கையைப் பிடித்துக் கிள்ள.... நான் புரிந்துகொண்டேன்.

"டேய்... அதெல்லாம் எதுக்கு..."

"டேய்... நான் சும்மா சாப்பிடவா கூப்பிடுறேன். எவ்ளோ நாள் கழிச்சுப் பாக்குறோம். வந்து சாடப்பிடுற... விடிய விடிய இருபது வருஷக் கதைய பேசறோம்"

"சரி..." என்றேன் நான் தயக்கத்துடன். அப்போது ரேகா சின்னாவின் கையைப் பிடித்து இழுத்து ஹிந்தியில், "வர்றவன் போறவனுக்கெல்லாம் சமைச்சுப் போட நான் என்ன உங்க வீட்டு வேலைக்காரியா? உனக்கு மூளைன்னு ஒண்ணு இருக்கா? இல்லையா? ஒருத்தன வீட்டுக்கு கூப்பிடுறதுக்கு முன்னாடி எங்கிட்ட கேக்கவேணாமா?" என்றாள். எனக்கு ஹிந்தி தெரியாது என்று நினைத்திருப்பார்கள். எனக்கு வருடத்திற்கு பத்து தடவை டெல்லி வந்து ஹிந்தி அத்துப்படி.

சின்னா இரைஞ்சலாக, "ஏய்... அவன் எனக்கு க்ளோஸ் ஃப்ரண்டும்மா" என்றான்.

"யாரா இருந்தா என்ன? இங்கயே கழட்டி விட்டுட்டு வந்து சேரு..."

"ஏய்... நீ என்ன சொல்றது? அவன் வருவான்...." என்று சின்னா கூறுவான் என்றுதான் நான் நினைத்தேன். ஆனால் அவன் என்னை நோக்கி, "மகேந்திரா... அது வந்து... இன்னைக்கி நைட்டு அவங்கம்மாப்பால்லாம் வராங்க. நான் மறந்தே போயிட்டேன். சின்ன வீடு... நீ எங்க தங்கியிருக்கன்னு சொல்லு. நான் வந்து பாக்குறேன்." என்றான்.

வார்டனுக்கு அஞ்சாத, பேய்களுக்கு அஞ்சாத, பாம்புகளுக்கு அஞ்சாத, தீவிரவாதிகளுக்கும் எதிரி நாட்டுப் படைகளுக்கும் அஞ்சாத என் நண்பன்... மாவீரன் சின்னா, ஊதினால் பறந்துபோகும் ஒரு நாற்பது கிலோ சோனி மனைவிக்கு எதிராக ஒரு வார்த்தை கூடப் பேச முடியாமல் தோற்றுப்போனதை, இன்று வரையிலும் என்னால் ஜீரணித்துக்கொள்ள முடியவில்லை. இப்போது நினைத்துப் பார்க்கையில் சின்னாவை சந்திக்காமலேயே இருந்திருக்கலாம் என்று தோன்றுகிறது.

கல்கி
ஜூலை 27, 2014

# 6 நாயர் மகள்

தனியாகப் பேசிக்கொண்டிருக்கும் எல்லா ஆணும், பெண்ணும் காதலிப்பார்கள் என்று சொல்லிவிட முடியாது. ஆனால் காதலிக்கும் எல்லா ஆணும், பெண்ணும் தனியாகப் பேசிக் கொண்டிருந் தவர்கள்தான்.

-மிக்கேல் ஸ்லைஸ் ஃபெலிஸ்டோ.
போலந்து நாட்டு எழுத்தாளர்.

ஆரம்பத்திலேயே பொய் சொன்னதற்காக என்னை மன்னிக்கவும். மேலே நான் கூறியுள்ள எழுத்தாளரின் பெயர், சும்மா டுபாக்கூர். அப்படி ஒரு எழுத்தாளர், எனக்குத் தெரிந்து இல்லவே இல்லை. இதைக் கூறியவன், என் நண்பன் ராஜா. ஆனால் ராஜா கூறினான் என்று சொன்னால், இதை நீங்கள் ஒரு பொருட்டாக மதிக்கமாட்டீர்கள் என்பதாலேயே பொய் சொல்ல வேண்டியதாகிவிட்டது.

இவ்வாறு ராஜா ஏராளமான பொன்மொழிகள் ஸ்டாக் வைத்திருக்கிறான். சொந்த சரக்கோ, இரவல் சரக்கோ, தினமும் இது போல் ஏதாவது ஒரு பொன்மொழியை உதிர்த்துக் கொண்டிருப்பான். அதனாலேயே நண்பர்கள் வட்டாரத்தில், ராஜா மிகவும் பிரபலம்.

நாங்கள் ஒரு நாலைந்து பேர் இருக்கிறோம். கல்லூரிப் படிப்பு முடித்துவிட்டு, வேலை தேடிக்கொண்டிருக்கிறோம். தினமும் எங்களுடைய மீட்டிங் பாயின்ட், எங்கள் ஊர் வாய்க்கால் கட்டைச்சுவர். அந்த கட்டைச்சுவரில் உட்கார்ந்திருந்த வாலிபர் கூட்டம் உருப்பட்டதாக, வரலாறே கிடையாது. இருப்பினும் அந்த கட்டைச்சுவரில் வாலிபர்கள் அனைவருக்கும் ஒரு ஈர்ப்பு இருந்தது.

அன்று தாமதமாக வாய்க்கால் சுவற்றுக்கு வந்த ராஜாவின் முகம், மிகவும் பிரகாசமாக இருந்தது. வாய் முழுவதும் சிரிப்பு. என்னைப் பார்த்து, ''என் முகத்துல ஏதும் வித்தியாசம் தெரியுதா?'' என்றான்.

''ரொம்ப சந்தோஷமா தெரியுது.''

''ஏன்னு சொல்லு பார்க்கலாம்.''

''என்னத்த பெரிசா இருக்கப் போவுது. கனவுல, எவளையாச்சும் கணக்கு பண்ணியிருப்ப...'' என்றான் மனோகர்.

''சே... அதெல்லாம் கனவு. இது நிஜம்.''

''என்ன நிஜம்?''

''மனசுக்குள்ள காதல் வந்தல்லோ... வந்தல்லோ...''

''யாருடா? யாராச்சும் மலையாளியா?''

''அதேதான். எங்க வீட்டுக்கு எதிர்த்தாப்ல, புதுசா குடிவந்துருக்குற நாயர் பொண்ணு.''

‘‘நீ நாசமாப்போவ... இப்பதான் ஒருத்தன் லவ் ஃபெயிலியராயி, வெந்து, வென்னீராகி வானத்தைப் பாத்துட்டு உக்காந்துருக்கான். நீ வேற ஆரம்பிச்சிட்டியா? அங்க பாரு... ஃபீலிங்ஸ...’’ என்று நான் கையை காட்டிய இடத்தில், பாலு உட்கார்ந்திருந்தான். சற்று தள்ளி, எங்கள் பேச்சில் கலந்துகொள்ளாமல் உட்கார்ந் திருந்த பாலு, வானத்தை வெறித்து பார்த்தபடி சிகரெட் குடித்துக் கொண்டிருந்தான்.

‘‘பாலு... என்னடா யோசனை?’’ என்றேன்.

‘‘இதே வாய்க்கால் பாலத்துக்கு கீழ வச்சு, அவதான்டா சொன்னா..’’

‘‘என் உசுர வேணும்னாலும் விடுவேன். ஆனா உன்ன மட்டும் விடவேமாட்டன்னு சொன்னா. கரெக்டா?’’ என்றேன் நான்.

‘‘எப்படிரா கரெக்டா சொல்ற?’’ என்றான் பாலு ஆச்சர்யத் துடன்.

‘‘தூ... இந்தக் குரங்குக்குமான் மூணு மாசமா சொல்லிட்டி ருக்கியே... பாரு ராஜா.. டெய்லி, என்ன பேசுறோம்னு கூட தெரியாம உட்கார்ந்திருக்கான். அவன் நிலைமைய பாத்து, எதா இருந்தாலும் நல்லா யோசிச்சு செய்.’’

‘‘அது மனிதக் காதல். எங்களது தெய்வீகக்காதல். பாத்த நிமிஷத்துலயே தெரிஞ்சுடுச்சு. அவ எனக்குன்னு பொறந்தவ. நம்ம ரயிலடில, புதுசா டீக்கடை ஆரம்பிச்சிருக்குற நாயர் பொண்ணு. எங்க வீட்டுக்கு எதித்தாப்ல குடிவந்துருக்காங்க. என் தங்கச்சி கூடத்தான் கம்ப்யூட்டர் க்ளாஸ் போறா. பேரு ஊர்மிளா. சொந்த ஊரு தலச்சேரி பக்கத்துல. பிங்க் கலர்லயே நாலு சுடிதார் வச்சிருக்கா. மூணாங்கிளாஸ் படிக்கறப்ப அவ சுண்டுவிரல்ல அடிபட்டு....’’

‘‘டேய்... டேய்.... நிறுத்துடா. நாங்க இப்ப அவ ஹிஸ்டரிய கேட்டோமோ?’’

‘‘நேத்து சாயங்காலம் அவ வந்தப்ப பைக்கத் துடைச்சுட்டி ருந்தேன். ஒரு லுக்கு விட்டா பாரு. அப்படியே அனுஷ்கா பாக்கற மாதிரியே இருந்துச்சு.’’

நான், ‘‘ஏய்... அடங்குடா... ஒரு மாதிரியாதான் இருக்க. ஆளப் பாக்கணுமே...’’ என்றேன்.

‘‘இப்ப எங்க வீட்டுக்கு வர்ற நேரம்தான். வா காட்டறேன்.’’ என்று எழுந்தான். ‘‘சேர நன்னாட்டிளம் பெண்களுடனே...’’ என்று பாடியபடி பைக்கை ஸ்டார்ட் செய்தான்.

ராஜா வீட்டு வாசலில் நின்றபடி பேசிக்கொண்டிருந்தோம். திடீரென்று ராஜாவின் முகம் ஒரு மாதிரியானது. ‘‘டேய்... அவ வர்றாடா.... திரும்பாத.... உடனே திரும்பாதே.’’ என்றபடி முகத்தை கையால் துடைத்துக்கொண்டான். சில வினாடிகளில் வாயெல்லாம் பல்லாக, ‘‘வாங்க...’’ என்றான். நான் திரும்பிப் பார்த்தேன். பரவாயில்லை. கொஞ்சம் குள்ளமாக இருந்தாலும், ஓரளவு அழகாகவே இருந்தாள். நான் எதிர்பார்த்தது போல் பாவாடை சட்டை அணியாமல், சுடிதார்தான் அணிந்திருந்தாள்.

‘‘ரேவதி ரெடியோ?’’ என்று ராஜாவிடம் சிரித்தபடி கேட்டாள்.

‘‘ம்... இப்ப வந்துடுவா... ரேவதி...’’ என்று குரல் கொடுத்துவிட்டு, ‘‘எதாச்சும் பேசணுமே...’’ என்று என்னிடம் முனகிவிட்டு, ‘‘உங்களுக்கு மம்முட்டி பிடிக்குமா? மோகன்லால் பிடிக்குமா?’’ என்றான்.

‘‘ஏய்... அவங்கள்ல்லாம் பழைய ஆள்காரல்லே... எனிக்கி பிருத்விராஜ்தன்னே வல்லிய இஷ்டம்.’’

‘‘ம்... உங்க பிருத்விராஜ தமிழ் சினிமா ஹீரோவா ஏத்துக்குறோம். உங்களுக்கு டீக்கடை வைக்க பத்துக்கு, பத்தடி இடம் தர்றோம். குடியிருக்க இருபதுக்கு இருபதடி இடம் தர்றோம். முல்லைப் பெரியாறு அணைல, ஒரு ரெண்டடி கூட உயர்த்த விடமாட்டீங்கறீங்களே...’’ என்றான் இளித்தபடி. ஜோக்கடிக்கிறானாம். ஆனால் அதற்கும் அவள் சிரித்தாள். ரேவதி வந்துவிட.... அவளுடன் கிளம்பியவள், சற்று தூரம் சென்று திரும்பி ராஜாவைப் பார்க்க.... ‘‘ஏய்...’’ என்று விக்கெட் வீழ்த்திய பௌலர் போல் கையை உயர்த்திக் காட்டினான்.

‘‘ஆளு எப்படி?’’

‘‘நல்லாதான் இருக்கு. உன்னப் பாக்கறப்ப, அவ கண்ணுலயும் ஒரு லைட்டு எரியுது. ட்ரை பண்ணினா, ஒர்க் அவுட்டாயிடும்னு தோணுது’’ என்றேன்.

‘‘சரி நீ கிளம்பு... கொஞ்சம் படிக்கற வேலையிருக்கு.’’

‘‘திடீர்னு என்ன அரியர்ஸ்ல அக்கறை?’’

''அந்தக் கருமத்த மனுஷன் படிப்பானா? நான் படிக்கப் போறது... ''முப்பது நாட்களில் மலையாள பாஷை''. நாளைக்குப் பாக்கலாம். நீ கிளம்பு'' என்றவனை முறைத்துப் பார்த்தேன்.

சும்மா பேருக்கு சொல்கிறான் என்று பார்த்தேன். ஆனால் சீரியஸாகவே முப்பது நாட்களுக்குள், எழுத்துக்கூட்டி படிக்கும் அளவுக்கு மலையாளத்தில் தேறிவிட்டான். எங்களைப் பார்க்கும் போது, ''இருந்தாலும் இந்த பினராயி விஜயன், அச்சுதானந்தன இந்த பாடு படுத்தக்கூடாது'' என்பான்.

''அது யார்ரா பினராயி விஜயன்?''

''கேரளா கம்யூனிஸ்ட் கட்சில, அச்சுதானந்தனுக்கு எதிர் கோஷ்டி.''

''ஏன்டா... நாங்க டிஎம்கே, ஏடிஎம்கே சண்டைய பத்திப் பேசிகிட்டிருக்கோம். நீ கேரளா அரசியலப் பத்தி பேசிகிட்டிருக்க.''

''இந்த கொடியேறி பாலகிருஷ்ணன் வேற...'' என்ற ராஜாவின் கழுத்தைப் பிடித்த மனோகர், ''நாயே... கொன்னே போட்டுடுவேன்'' என்றான்.

சற்றுத் தள்ளி அமர்ந்திருந்த பாலு வழக்கம்போல், ''கடைசியா பாத்தப்ப கூட, கல்யாணம்னு ஒண்ணு நடந்தா, அது உன்கூடதான்னு சொன்னா'' என்று கூற... மனோகர், ''டேய்... இவனுங்க என்னை கொலைகாரனாக்காம விடமாட்டானுங்க'' என்றான்.

இப்படியே இரண்டு மாதங்கள் ஓடின. ராஜா எங்களை சந்திக்க வருவதே குறைந்து போய், பல நாட்கள் கழித்து வந்தபோது, அவன் முகத்தில் சந்தோஷம்.

''மச்சி... நேத்து அவகிட்ட சொல்லிட்டேன். அவளும் வெட்கப்பட்டுகிட்டே ஓகேன்னு சொல்லிட்டா. அவ என்மேல எவ்வளவு பிரியமா இருக்கா தெரியுமா? நான் இன்னும் சம்பாரிக்கவே இல்லன்னு சொன்னேன். எனக்கு காசு, பணம்லாம் வேணாம். ஒரு வேளை...'' என்ற ராஜாவின் பேச்சில் குறுக்கிட்ட மனோகர், ''கஞ்சி ஊத்தினா கூட போதும்ன்னாளா? எத்தனை வருஷமாடா இதையே சொல்லிட்டிருப்பாளுக?'' என்றான் மனோகர்.

''எப்படிரா நெத்தில அடிச்ச மாதிரி சொல்ற... ஆனா கஞ்சின்னு சொல்லல. பழைய சோறு போட்டா கூட போதும்னா.''

''ஷ்... அப்பா... இப்பவே கண்ணக் கட்டுதே...'' என்ற மனோகர், ''இங்க பாரு ராஜா. ஆரம்பத்துல எல்லாம் சுகமாதான் இருக்கும். நம்ம பாலுவப் பாரு. ஒரே மொழி... ஒரே ஜாதி... அப்படி இருந்தும் புட்டுகிட்டு போச்சு. உன் கேஸ்ல எல்லாமே வேற. எல்லாரும் லவ் பண்ற வரைக்கும் பண்ணுவாளுக. அப்புறம் எங்கப்பன் திட்டுனான்... அம்மா அழுதா... ஆட்டுக் குட்டி அழுதுச்சுன்னு கழட்டி விட்டுடுவாளுக. உன் நல்லதுக்குதான் சொல்றேன்.'' என்றான்.

''நீ உன் வேலையப் பாருடா'' என்று மனோகரை அதட்டிய ராஜா என்னிடம், ''நீ ஒரு ஹெல்ப் பண்ணணும். நாளைக்கு நாங்க செட்டியார் தோப்புல மீட் பண்றோம். நீ வந்து கொஞ்சம் பாத்து கிடணும். யாரும் வந்தா, சவுண்ட் விடணும்.''

''21 வருஷம் பழகினதுக்கு, கடைசில இதாண்டா மிஞ்சுது'' என்றான் மனோகர்.

''விடு... நம்ம ஃப்ரெண்டு கேக்குறான். இந்த ஹெல்ப்பு கூட பண்ணலன்னா எப்படி?''

மறுநாள் மாலை. செட்டியாரின் மாந்தோப்பு. நான் காவலுக்கிருந்தாலும், பெரும்பாலான நேரம், அவர்கள் பேசுவதை ஒட்டு கேட்டுக் கொண்டும், அவ்வப்போது எட்டிப் பார்த்துக் கொண்டும்தான் இருந்தேன். ஊர்மிளா அதற்குள் ஓரளவு தமிழ் பேசக் கற்றிருந்தாள்.

''ராஜா... நான் ஒண்ணு சொன்னா கிண்டல் பண்ணக்கூடாது.''

''சொல்லு.''

''நேத்து ராத்திரி பயங்கரமா மழை பெஞ்சுச்சுல்ல... நான் இடி சத்தத்துக்கு ரொம்ப பயப்படுவேன். எப்போதும் இடி இடிக்கறப்ப அர்ஜுனா... அர்ஜுனாம்பேன். அப்பயும் பயம் போகாது. நேத்து உன் பேரச் சொல்லலாம்னு சொல்லிப் பாத்தேன். என்னால நம்பவே முடியல. பயம் சுத்தமா போயிடுச்சுடா...'' என்று ஊர்மிளா கூற, எனக்கு சிரிப்பு வந்துவிட்டது. மனசுக்குள் கவுண்டமணி போல், ''அட்ரா சக்கை... அட்ரா சக்கை...'' என்று கூறிக்கொண்டேன். ஆனால் அங்கு ராஜாவுக்கு காதல் பிய்த்துக் கொண்டு வந்தது. ''அப்ப ஒரு பத்து மணி இருக்குமா?'' என்றான்.

''டேய்... எப்படிரா கரெக்டா சொல்ற?''

''அப்ப எனக்கு பயங்கரமா பொறையேறுச்சு. அப்பவே நீதான் நினைச்சிருப்பேன்னு தோணுச்சு'' என்று பதிலுக்கு காதல் அம்பை எடுத்துப் பாய்ச்ச... நான் அசந்துவிட்டேன். பய பின்னிபுட்டான். நேத்து பத்து மணிக்கு என் வீட்டில்தான் இருந்தான். ''மணி பத்தாயிடுச்சுடா... நான் கிளம்புறேன்'' என்று அவன் சொல்லிக்கொண்டிருந்தபோதுதான் பயங்கரமாக இடி இடித்து, மின்சாரம் நின்றுபோனது. அப்போது ஒன்றும் அவனுக்குப் பொரையெல்லாம் ஏறவில்லை. இருப்பினும் அவன் அம்மாதிரி பேசியதற்கு பலனிருந்தது. சில வினாடிகளாக பேச்சு சத்தம் இல்லை. இந்நேரம் மடில சாஞ்சிருப்பா... என்று நினைத்தபடி எட்டிப் பார்த்தேன். எனது கணிப்பு பொய்யாகவில்லை.

''அய்யோ... எப்படி ஒரே நிமிஷத்துல நினைச்சுக்குறோம் இல்ல... எனக்கு அப்படியே சிலிர்த்துருச்சுடா'' என்றபடி அவன் மடியில் சாய்ந்துகொண்டாள்.

''இந்தக் காதோர முடில்லாம் சிலிர்க்கலையா?'' என்றபடி நைஸாக அவள் கன்னத்தில் தடவிய ராஜா, ''நிஜமாலுமே பயம் போயிடுச்சா ஊர்மிளா? என் மேல அவ்வளவு காதலா?'' என்றான்.

''ஆமாம். நீ வேற பொண்ணுங்ககிட்ட பேசினா கூட, பிடிக்கமாட்டேங்குது. உங்க பக்கத்து வீட்டுல ஒண்ணு இருக்கே... ஜோதி. அவ கூட என்னா உனக்கு இளிச்சு, இளிச்சு பேச்சு வேண்டிக்கிடக்கு?''

''அது ஒண்ணும் இல்லை. போன வாரம், அதுகிட்ட தெரியாத்தனமா ஒண்ணு சொல்லிட்டேன். நீங்க கறுப்பா இருக்கீங்க. ஆனா எப்பவும், டார்க் கலர் ட்ரெஸ்ஸாவேப் போடறீங்க. லைட் கலர் போட்டா, எடுப்பா இருக்கும்னேன். நேத்து லைட் கலர் ட்ரெஸ் போட்டுகிட்டு வந்து எப்படி இருக்குங்குறா.''

''நீ என்ன சொன்ன?''

''உண்மையைச் சொன்னேன்.''

''என்ன உண்மை?''

''நல்லாருக்குன்னன்.''

''அவ என்ன கலர் ட்ரெஸ் போட்டா உனக்கென்ன?''

"இதுக்கே இவ்வளவு கோபப்படறியே... அவ என்ன சொன்னா தெரியுமா?"

"என்ன சொன்னா?"

"ஏன் எப்பவும் ஃபுல் ஹேண்ட் சட்டையே போடறீங்க. உங்களுக்கு ஆஃப் ஹேண்ட் சட்டைப் போட்டா எடுப்பா இருக்கும்னா. வர்றியா? இப்படியே பொடி நடையா, திருச்சி வரைக்கும் போய், ஆஃப் ஹேண்ட் சட்டை வாங்கிட்டு வந்துடலாம்."

"பொறுக்கி நாயே..." என்று ராஜாவின் தலைமுடியைப் பிடித்து உலுக்கிய ஊர்மிளாவின் இடுப்பில், கிச்சுகிச்சு மூட்டினான் ராஜா. "அய்யோ..." என்று சத்தமாக சிரித்தாள் ஊர்மிளா.

இப்படியே சந்தோஷமாகச் சென்றுகொண்டிருந்த அவர்கள் காதல், நீண்ட நாட்கள் நீடிக்கவில்லை. ஊர்மிளாவின் வீட்டில் விஷயம் தெரிந்து, கடுமையாக எதிர்த்தனர். இரண்டு வீட்டுக்கும் சரியான சண்டை. ஒரு வாரம் கழித்து, ஊர்மிளாவின் வீட்டில் தலச்சேரி கிளம்பினர். பதினைந்து நாள் கழித்து வந்த ஊர்மிளாவின் அப்பா, அவளுடைய கல்யாண பத்திரிகையோடுதான் வந்தார். ஊரிலேயே, ஊர்மிளாவுக்கு ஒரு மாப்பிள்ளையைப் பார்த்து முடித்துவிட்டார். ஊர்மிளாவை இங்கு அழைத்து வரவேயில்லை.

அதிர்ந்துபோன நாங்கள் கேரளா கிளம்பினோம். ஊர்மிளாவின் ஊரைக் கண்டுபிடிக்கவே ஒரு நாளாகிவிட்டது. நடுராத்திரி சுவரேறி குதித்து, மாடியறையில் தனியாகப் படுத்திருந்த ஊர்மிளாவிடம் பேசினோம். அவள் கண்ணீருடன், "நான் இந்த கல்யாணத்துக்கு ஒத்துக்கலன்னா, எங்கம்மாப்பா தற்கொலை பண்ணிட்டு செத்துடுவாங்க. தயவுசெய்து போயிடுங்க." என்று அனுப்பி வைத்துவிட்டாள்.

ஊருக்கு வந்த ராஜா, பத்து நாள் வரை வாய்க்கால் பக்கமே வரவில்லை. பத்து நாள் கழித்து வந்தபோது, லேசாக தாடி வைத்திருந்தான். என்னைப் பார்த்து சோகையாக சிரித்தவன், நேராக பாலுவை நோக்கிச் சென்றான். "தம்முருக்கா பாலு?" என்றான். ஒரு சிகரெட் வாங்கி பற்ற வைத்துக்கொண்டு, அவன் பக்கத்திலேயே உட்கார்ந்துகொண்டான். "நீ இல்லாத ஒரு

வாழ்க்கையை, கற்பனை பண்ணிக்கூடப் பாக்க முடியாதுன்னா.'' என்றான் பாலுவிடம்.

"இவனும் ஆரம்பிச்சிட்டான்டா..." என்றான் மனோகர்.

இருங்கள். கதை இதோடு முடியவில்லை. எனது வாழ்வில், ஒரு திடீர் திருப்பம். என் அப்பாவின் கடையில், ஒரு தெலுங்கு வீட்டுப் பெண் வேலைக்கு சேர... அவள் அழகில் கவரப்பட்ட நான் தெலுங்கு கற்றுக்கொண்டு.... ஹலோ... எக்கடப் போத்தேரு... நில்லுங்க....

# 7 பெண் வாசனை

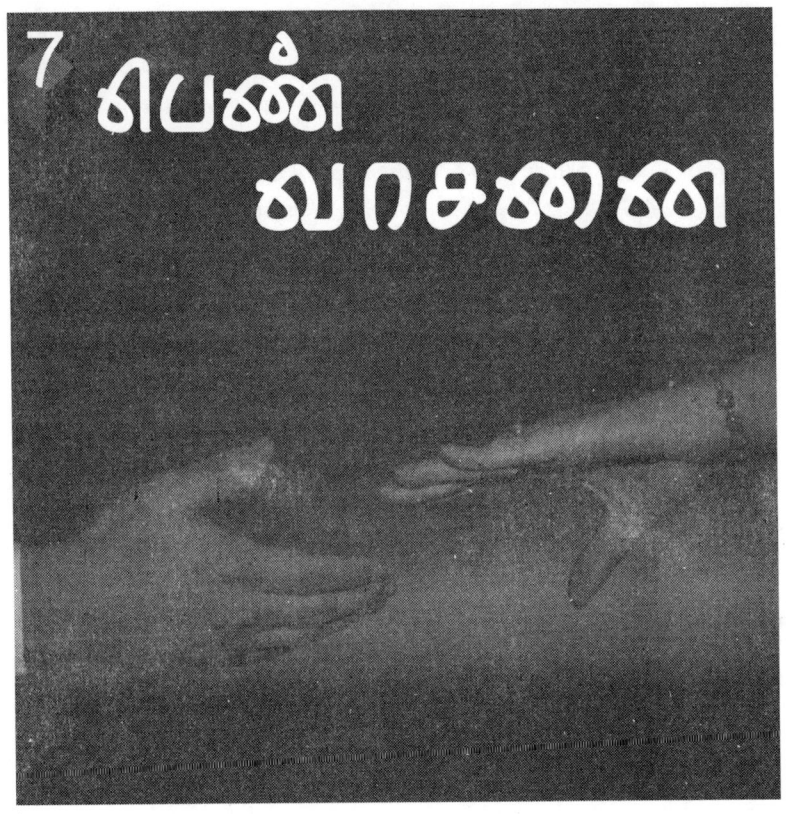

இந்தக் கதையின் ஆதாரமான விஷயம் காமம். காமம் என்றவுடன், துடிக்கும் உதடுகள், பிரா முதுகு, சரியும் இடுப்பு... என்று சில காட்சிகள், உங்கள் கண் முன் தோன்றுவதை என்னால் புரிந்துகொள்ள முடிகிறது. ஆனால் இது, நீங்கள் நினைப்பதுபோல், ஒரு சாதாரணமான கிளர்ச்சியூட்டும் கதை அல்ல. அதையும் தாண்டி, ஏறத்தாழ 20 வருடங்களாக, என் அடிமனதில் எரிந்துகொண்டிருக்கும் ஒரு தீயின் கதை இது. தீயாக என் இரவுகளை எரிக்கும் தீபாவின் கதை.

அப்போது எனக்கு வயது: 18. எங்கள் ஹவுஸ் ஓனர் பாட்டியின் ஒரே மகன், டெல்லியில் ஏதோ அரசுப்பணியில் இருந்தார். மருமகளுடன் ஒத்துப்போகாததால், பாட்டி இங்கு தனியே இருந்து வந்தார். ஹவுஸ் ஓனர் வீட்டு மாடியில் நாங்களும், ஹவுஸ் ஓனர் வீட்டுக்குப் பின்புறம் ரமேஷ் குடும்பத்தினரும் இருந்து வந்தோம்.ரமேஷூம், நானும் சிறுவயது முதல் நெருங்கிய நண்பர்கள்.

அது ஒரு வெள்ளிக்கிழமை காலை. மாடியில் அமர்ந்து, தினத்தந்தியில் வெளியாகியிருந்த சில்க் ஸ்மிதாவின் ஸ்டில்லைப் பார்த்துக்கொண்டிருந்தேன். ரமேஷ் வேகமாக மாடிக்கு வந்தான்.

''டேய்... கீழ லட்டு மாதிரி ஒரு பொண்ணு வந்துருக்கு.''

''யாருடா?'' என்றேன் சில்க் ஸ்மிதாவிலிருந்து கண்ணை எடுக்காமல்.

''ஹவுஸ் ஓனர் பேத்தியாம்... டெல்லிலருந்து வந்துருக்கா. என்னா ஃபிகருங்குற... லூஸா டீசர்ட் போட்டுகிட்டு, குப்புற படுத்து, பேப்பர் படிச்சிகிட்டிருக்கா...''

''குப்புற படுத்துகிட்டா?'' என்று சில்க் ஸ்மிதாவை அம்போவென்று விட்டுவிட்டு, வேகமாக எழுந்தேன்.

''என்ன குப்புற படுத்துகிட்டு?'' என்று மாடிக்கு வந்த என் தங்கை கேட்க, ''ம்... குப்புற படுத்து, கும்பகோணம் வெத்தலை போட்டுகிட்டிருந்தா, குத்தகைப் பணம் எப்படி வரும்ன்னு எங்க அப்பா ஒரு பழமொழி சொல்வாரு. அதைச் சொல்லி கிட்டிருந்தேன்'' என்று சமாளித்தான் ரமேஷ். இருவரும் வேகமாகப் படியிறங்கினோம். ''அங்கப் பாரு.'' என்று 20 வருடமாக எனக்குள் எரிந்துகொண்டிருக்கும் மோகத்தீயைக் காட்டினான் ரமேஷ்.

அவள் குப்புறப் படுத்தபடி, இந்தியன் எக்ஸ்பிரஸ் படித்துக் கொண்டிருந்தாள். மேல் பட்டன் போடப்படாத டீசர்ட் வழியே தெரிந்த மெலிதான மார்புப் பிளவைப் பார்த்தவுடன், எனக்கு ஜிவ்வென்று ஆகிவிட்டது. சமையற்கட்டிலிருந்து வெளியே வந்த ஹவுஸ் ஓனர் பாட்டி, எங்களைப் பார்த்ததும், ''வாங்கடா... உங்களத்தான் தேடிகிட்டிருந்தேன்'' என்றாள்.

''என்ன பாட்டி... உடம்பெல்லாம் நல்லாருக்கா?'' என்றேன் வழக்கத்திற்கு மாறான அன்புடன்.

''எனக்கென்ன உடம்புக்கு? அது இன்னும் ரெண்டு மாமாங்கம் தாங்கும். என் பேத்தி டெல்லிலருந்து வந்துருக்கா. வந்த அரை மணி நேரத்துலயே, போர் அடிக்குதுங்கிறா... அதான் உங்கள அறிமுகப்படுத்தலாம்னு பாத்தேன்.''

பேப்பர் படித்துக்கொண்டிருந்த அந்தப் பெண், எங்களைப் பார்த்தவுடன் எழுந்தாள். ''பேரு தீபா. டெல்லில காலேஜ் படிச்சு கிட்டிருக்கா'' என்றாள் பாட்டி. தீபாவை நேராகப் பார்த்த நான் அசந்து போனேன்.

தீபா வெளிர் மஞ்சள் நிறத்தில் இருந்தாள். அபாரமான அழகு என்று கூற முடியாவிட்டாலும், செக்ஸியாக இருந்தாள். கண்களின் பளபளப்பிலும், உதட்டின் ஈரத்திலும் சில்க் ஸ்மிதா போல் ஒரு போதை இருந்தது. ஆனால், அதெல்லாம் சைட் டிஷ்தான். மெயின் அயிட்டம் உடம்புதான். நெடுநெடுவென்று நல்ல வளர்த்தி. பூசினாற் போல் சதை போட்டு, கும்மென்று இருந்தாள்.

''இவன் அருணு... இது ரமேஷ். நம்ம வீட்டுலதான் குடியிருக்காங்க. ரெண்டு பேரும்....'' என்ற பாட்டி, ''என்ன படிக்கிறீங்க?'' என்றாள் எங்களிடம்.

''பிகாம் ஃபர்ஸ்ட் இயர் எக்ஸாம் எழுதியிருக்கோம்'' என்று நான் கூற, அவள் ஸ்டைலாக, ''ஹாய்...'' என்றாள். எங்களுக்கு ஹாய் சொல்லி எல்லாம் பழக்கமில்லை. எனவே, ''ஹி... ஹி...'' என்று இளித்தோம்.

''நீங்க என்ன படிக்கிறீங்க?'' என்றேன்.

''பிஏ இங்லீஷ் லிட்ரேச்சர். இப்பதான் செகண்ட் இயர் எக்ஸாம் எழுதியிருக்கேன்''

''மெட்ராஸ்க்கு இதுக்கு முன்னாடி வந்துருக்கீங்களா?''

''சின்ன வயசுல வந்தது... ஆஃப்டர் எ லாங் டைம்.... இப்பதான் வரேன். மெட்ராஸ நீங்கதான் சுத்தி காட்டணும்.''

''வித் ப்ளெஷர்...'' என்று ரமேஷ் திடீரென்று ஆங்கிலத்தில் எடுத்து விட... நான் ஆடிப் போய்விட்டேன். இதைக் கூறிவிட்டு, அவன் என்னை அலட்டலாக வேறு பார்த்தான். நான் மனதிற்குள், ''இங்லீஷில், இருபது மார்க் வாங்கவே, முக்கு முக்குன்னு முக்கற நாயி... உனக்கு இங்லீஷா?'' என்று முனகினேன். ஃபெயில் மார்க் வாங்குபவனே, ஆங்கிலத்தில் பேசும்போது, நான் சும்மா

இருந்தால், சரிப்பட்டு வராது என்று, ''ஒய் நாட்? ஷ்யூர்..'' என்று நான், எனக்குத் தெரிந்த ஆங்கிலத்தை போட்டுத் தாக்க... ரமேஷ் அரண்டு போய்விட்டான்.

''நீங்க எப்பக் கூப்பிட்டாலும் வர்றோம்'' என்று மரியாதையாக தாய்மொழிக்குத் தாவினான் ரமேஷ்.

''நீங்கன்னுல்லாம் கூப்பிடவேண்டாம். உங்கள விட ஒரு வயசு தான் பெருசு. ஜஸ்ட் கால் மீ தீபா... ஆர் தீபு...''

''ஓகே... ஓகே...'' என்று வழிந்துவிட்டு வெளியே வந்து, இருவரும் முகத்தைத் துடைத்துக்கொண்டோம்.

இப்போது ரமேஷ் என்னைப் பார்த்த பார்வையில், இத்தனை வருடமாக இருந்த நட்பு காணாமல் போயிருந்தது. எனக்கும், அவனிடம் சற்று இடைவெளி ஏற்பட்டாற்போல் இருந்தது. ரமேஷ் பெண் தொடர்பான விஷயங்களில் படு விவரமான ஆள். சற்று உஷாராகவே இருக்கவேண்டும். தனியாக விடக்கூடாது. விட்டால் லவட்டிக்கொண்டு போய்விடுவான். என்னால் பிக் அப் பண்ண முடியாவிட்டாலும், அவன் பிக் அப் செய்து விடாமல் பார்த்துக்கொள்ளவேண்டும் (என்ன ஒரு நட்பு?).

அன்றிரவு நான் மொட்டைமாடியில் அமர்ந்து பேட்டரி கீபோர்டு வாசித்துக்கொண்டிருந்தேன். ''அருண்...'' என்று தீபா குரல் கொடுத்தபடி வந்தபோது நான் கீபோர்டில், ''அந்திமழை பொழிகிறது'' வாசித்துக்கொண்டிருந்தேன்.

''ஏய் நீதான் கீபோர்டு வாசிச்சிட்டிருக்கியா?''

''வா தீபா'' என்று நான் சந்தோஷத்துடன் எழுந்தேன்.

''நீ முறைப்படி கீ போர்டு கத்துகிட்டியா?''

''ம்... மொதல்ல ஒழுங்கா க்ளாஸ் போயிட்டிருந்தேன். ரெண்டு க்ரேடு பாஸ் பண்ணினேன். அதோட விட்டுட்டேன்.''

''மை குட்னஸ்... ரெண்டு க்ரேட் முடிச்சிருக்கியா? நான் ஒரு மாசம் க்ளாஸ் போனேன். ஒரு மாசமும் ஸிடிஇஎஃப்ஜின்னே ஏதோ சொல்லித் தந்திட்டிருந்தாங்க. போங்கடா நீங்களும் உங்க கீபோர்டும்னு விட்டுட்டேன். நான் வாசிச்சுப் பாக்கட்டுமா?''

''தாராளமா... உட்கார்...'' என்றவன், தீபா நாற்காலியில் அமர்ந்தவுடன், அவளுக்குப் பின்னால் நின்றுகொண்டேன்.

‘‘முதல்ல வாய்ஸ் பட்டன அழுத்து...’’

தேடி அழுத்தினாள்.‘‘இப்ப என்ன இன்ஸ்ட்ருமென்ட் வேணும்?’’ என்றேன்.

‘‘வயலின்...’’

‘‘நம்பர் ட்வென்ட்டி எய்ட்ட பிரஸ் பண்ணு...’’

‘‘ம்... பண்ணிட்டேன்...’’ என்று அவள் தலையைத் தூக்கிக் கூறியபோது, கழுத்துக்கு கீழே தெரிந்த க்ளிவேஜ் என்னை இம்சித்தது. உள்ளே தீபாவின் செயின் டாலர் விழுந்த கிடந்த இடம் வரை தெரிந்தது. கஷ்டப்பட்டு பார்வையைத் திருப்பிக்கொண்டு, ‘‘இப்ப ப்ளே பண்ணு...’’ என்றவுடன் அவள் வெள்ளைக் கட்டைகளையும், கறுப்புக் கட்டைகளையும் மாறி மாறி அழுத்த, கன்னாபின்னாவென்று சத்தம் வந்தது. ‘‘கடவுளே என்னைக் காப்பாத்து...’’ என்று கத்திய நான், ‘‘ஏதாச்சும் நோட் வாசி...’’ என்றேன்.

‘‘சரியாப் போச்சு போ.. ஏதோ கொஞ்சம் மியூசிக் கேட்பேன். அவ்வளவுதான். எனக்கு என்னத்தத் தெரியும். நீ வாசி...’’

‘‘ம்...’’ என்று நான் உட்கார்ந்து வாசிக்க ஆரம்பித்தபோது, அவள் ஆர்வத்துடன் குனிந்து நோக்க அவளது மார்புகள் எனது முழங்கையில் இடிக்க, உடல் தீயாய் எரிந்தது. ஃப்ளூட்டுக்கு மாற்றி, ஒரு நோட்டை வாசித்துவிட்டு ‘‘இது என்ன?’’ என்றேன். ‘‘இது... ம்.... .பீதோவன். ஃபர் எலிஸ்....’’

‘‘குட்... இப்ப இன்னொரு பீதோவன்’’ என்று நான் கூறிக் கொண்டிருக்கும்போதே என் தங்கை மாடிக்கு வர, அவர்கள் இருவரும் பேசிக்கொள்ள ஆரம்பித்தனர். அரை மணி நேரத்திலேயே இருவரும் மிகவும் நெருக்கமானார்கள். பிறகுவந்த நாட்களில் தீபா, என் தங்கையைக் காண வரும்போது, எனக்கும் அவளோடு நெருக்கமாகப் பழகும் வாய்ப்புக் கிடைத்தது.

அதே சமயத்தில் தீபா, ரமேஷுடனும் நன்குதான் பழகிக் கொண்டிருந்தாள். சில சமயங்களில் அவனும், சில சமயங்களில் நானும், அவளைத் தனியாக வெளியே அழைத்துச் செல்வோம். இருப்பினும் தீபா ரமேஷை விட என்னிடம் நெருக்கமாகப் பழகினாள். சந்தடிசாக்கில் செக்ஸ் ஜோக் எல்லாம் அடித்தேன். நம்ம ஊர் பெண்கள் என்றால், ‘‘அடேய் காமாந்தகாரா...’’

என்பது போல் முறைப்பார்கள். தீபா, ''சீ...'' என்று கன்னம் சிவக்க சிரித்தாள்.

ஒரு நாள் கடற்கரைக்குச் சென்றிருந்தோம். கடலலையில் தடுமாறிய தீபாவின் இடுப்பை வளைத்துப் பிடிக்க, அவள் உடனடியாக விலகிக்கொள்ளவில்லை. என்னை உற்றுப் பார்த்த அவளுடைய கண்களில் ஒரு தாபம் தெரிந்தது.

அந்த ஞாயிற்றுக்கிழமை, நான் தீபாவின் வீட்டிற்குச் சென்ற போது, பாட்டி இல்லை. தீபா மட்டும் ஜன்னலோரம் நின்றபடி, தோட்டத்தில் எதையோ பார்த்துக்கொண்டிருந்தாள். ''என்ன தீபா பாத்துகிட்டிருக்க?'' என்றேன்.

''இந்த பூ என்னா பூ? ரொம்ப அழகா இருக்கு...'' என்றாள். நான் எட்டிப் பார்த்தேன். மிகவும் சிறிய ஜன்னல். ஒன்றும் தெரியவில்லை. ''இப்படி வந்து பாரு...'' என்று அவள் சற்று நகர்ந்துகொள்ள, நான் அருகில் நின்றுகொண்டேன். ''எந்த பூ?'' என்றேன். பூவைக் காண்பிப்பதற்காக, அவள் இன்னும் என் அருகில் வரவேண்டியிருந்தது. ''அந்த ஆரஞ்சு கலர் பூ'' என்று தீபா கூற, உண்மையிலேயே பூ எனக்குத் தெரியவில்லை. ''எங்க காணோமே?'' என்றேன். ''அய்யோ... இப்படி முன்னாடி வா...'' என்று தீபா, என்னை முன்னால் விட்டுவிட்டு, என் பின்பக்கமாக நின்றுகொண்டாள்.

கிட்டத்தட்ட முழு உடலையும் என் மீது சாய்த்தபடி, ஜன்னலுக்கு வெளியே கையை நீட்டி, ''லெஃப்ட் சைடுல... அந்த தென்னை மர ஓரமா...'' என்றாள். அவள் உடம்பு மெதுமெதுவென்று இருந்தது. மார்புகள் தனது இருப்பை எனக்குத் தெளிவாக உணர்த்தின. உடம்பிலிருந்து வியர்வையும், சென்ட்டும், வேறு ஏதோ ஒன்றும் கலந்த ஒரு அபூர்வ வாசனை. இதுதான் பெண் வாசனையோ?

அந்த 18 வயதில் எனக்கு அது மிக, மிக புதுமையான உணர்வாக இருந்தது. அந்த நிமிடங்கள் அப்படியே நீடித்திருக்க வேண்டும் என்று மனது விரும்பியது. கிசுகிசுப்பாக, ''எங்க... தெரியலையே...'' என்றேன். மெதுவாக, ஜன்னல் கம்பியிலிருந்த அவளுடைய இடது கை விரல்களைப் பற்றிக் கொண்டேன். அவளும் இதை விரும்பியிருக்கவேண்டும். கையை விலக்கிக்கொள்ளாமல், இன்னும் என் மேல் நெருக்கமாக சாய்ந்தபடி, என் காதில் தன் ஈர உதடுகள் அழுத்தமாக உரச, ''நல்லாப் பாரு. தெரியும்'' என்றாள்.

நான் பூவை மறந்துவிட்டுத் திரும்பினேன். ''தீப்பு'' என்றபடி அவளை ஆவேசமாக அணைத்துக்கொண்டேன். தீபாவும் என்னை இறுக்கமாகக் கட்டிக்கொண்டாள். அவள் முகத்தை நிமிர்த்தி அவள் உதடுகளை இறுக்கக் கவ்விக்கொண்டேன். என் வாழ்வில் முதன் முதலாக ஸ்பரிசிக்கும் பெண் உதடு. இதில் இவ்வளவு இருக்கிறதா?

திடீரென்று, ''தீபா...'' என்று பாட்டியின் குரல் கேட்க, நாங்கள் சட்டென்று விலகினோம்.

அதன் பிறகு நாங்கள் அடிக்கடி பிரத்யேகப் பார்வைகளை வீசிக்கொண்டோம். இடையில் ரமேஷ் சில நாட்கள் ஊட்டிக்குச் செல்ல எங்களுக்கு மிகவும் வசதியாகிப் போனது. அவ்வப்போது மாடிப்படி இருட்டிலும், தென்னை மர மறைவிலும், உதடு களுக்குள் உலக ரகசியங்களைத் தேடினோம். இப்படியெல்லாம் இருந்தாலும், முழு செக்ஸையும் அனுபவிக்க வேண்டும் என்று இருவரும் நினைக்கவில்லை. தற்செயலாகக் கிடைத்த சந்தர்ப்பங்களில், சிறு, சிறு உடல் சுகங்களை அனுபவித்தோம்.

நாட்கள் வேகமாக ஓடின. ரமேஷ் ஊரிலிருந்து வந்தான். எங்கள் ரகசிய சிரிப்புகளைப் புரிந்துகொண்டான். ''என்னடா... ஒரு மார்க்கமா பேசிக்கிறீங்க... சிரிச்சுக்கிறீங்க... என்ன மேட்டர்?'' என்றான்.

''அதெல்லாம் ஒண்ணுமில்லடா... சாதாரணமாத்தான் பேசிக் கிறோம்.''

''என்னமோப்பா... எதா இருந்தாலும், சொல்லிட்டு செய்யு.''

செஞ்சுட்டு சொல்றேன்... என்று மனதில் நினைத்துக் கொண்டேன்.

தீபா ஊருக்குத் திரும்பவேண்டிய கடைசி இரண்டு நாட்கள். எங்கள் வீட்டில் அனைவரும் ஒரு திருமணத்திற்காக, கோயம்புத்தூர் சென்றார்கள். நான் வரவில்லை என்று கூறிவிட்டேன். மாலை திருவள்ளூவர் பஸ்ஸ்டாண்டுக்குச் சென்று, அவர்களை பஸ் ஏற்றிவிட்டுத் திரும்பியபோது, பாட்டியும், ரமேஷும் வீட்டில் இல்லை. எங்கே என்று விசாரித்தேன்.

''பாட்டிக்கு முழங்கால் ரொம்ப வலியா இருக்குன்னு சொல்லிட்டிருந்தாங்கள்ல?''

''ஆமாம்.''

‘‘திடீர்னு வலி ரொம்ப ஜாஸ்தியாயிடுச்சாம். புரசை வாக்கத்துல யாரோ ஆர்த்தோ டாக்டர் இருக்காருன்னு ரமேஷ் அழைச்சுட்டு போயிருக்காங்க.’’ என்ற தீபாவின் கண்களில் ஒரு ரகசிய சந்தோஷம். எனக்கும்தான். எப்படியும் அவர்கள் வருவதற்கு இரண்டு மணி நேரத்திற்கு மேல் ஆகும். கூடவே ஒரு பயமும் வந்தது.

சில நிமிடங்கள் கழித்து, வழக்கம் போல் முத்தத்துடன் நிறுத்திக்கொள்ளலாம் என்று அவளருகில் சென்று உட்கார, அவள் இதற்காகவே காத்திருந்தது போல், பாய்ந்து என்னை அணைத்துக்கொண்டாள். அவள் உடலெங்கும் காய்ச்சல் போல் அனலடித்தது. நான் ‘‘தீப்பு...’’ என்றபடி அவள் உதடுகளை நெருங்க, தீபா, ‘‘வேண்டாம்பா... கதவெல்லாம் திறந்திருக்கு’’ என்றாள். நான் எழுந்து, கதவை சாத்தினேன். சில நிமிடங்கள் முத்தத்திலும், அணைப்பிலும் கரைந்தது. தீபாவின் மேல் உதட்டு வியர்வைத் துளி, லேசாக உப்புக் கரித்தது. ஆவேசத்துடன் என் விரல்கள் அவள் மேனியெங்கும் விளையாடின. விரல்களின் பிற பயன்பாடுகளை அப்புதான் அறிந்துகொண்டேன். அவள் கிறக்கத்துடன் படுக்கையில் சரிந்தாள். அவளுடைய வெற்றுடம்பை தொட்ட அந்த அற்புத வினாடியில், தீடீரென்று எனக்கு அந்த பயம் வந்தது.

கிட்டத்தட்ட ஒரு மாத காலம், நாங்கள் உடல்மொழியில் பேசிக்கொண்டிருந்தாலும், அவள் மேல் காதல்.... கல்யாணம்... என்ற எண்ணமெல்லாம் எனக்குத் துளி கூட ஏற்பட்டதில்லை. அவளுக்கும் அந்த மாதிரி எண்ணமெல்லாம் இருப்பதாகத் தெரியவில்லை. இருப்பினும் இது நிகழ்ந்த பிறகு, நமது பண்பாடு, கற்பு குறித்த திடீர் குற்ற உணர்வு உண்டாகி, என்னைத் திருமணம் செய்துகொள்ளவேண்டும் என்று அவள் விரும்பினால்... அல்லது சினிமாக்களில் காண்பிப்பது போல், அவள் கர்ப்பமாகி, நான் அவளைக் கட்டாயம் திருமணம் செய்துகொள்ள வேண்டும் என்ற சூழ்நிலை ஏற்பட்டால்.... நினைக்க, நினைக்க பயம் அதிகரித்தது.

நான் கனவு கண்டுகொண்டிருக்கும் மனைவி வேறு. இவள் வேறு. அவள் இந்த மாதிரி அரைகுறை ஆடைகள் அணிந்து திரியமாட்டாள். நிச்சயமாக தீபாவைப் போன்ற சுதந்திரமான பெண்ணைத் திருமணம் செய்வதற்கெல்லாம் வாய்ப்பே இல்லை. இருப்பினும் இதை சாக்காக கொண்டு, திருமணம் செய்து

கொள்ளவேண்டும் என்று அவள் வற்புறுத்தினால்... நினைக்க, நினைக்க கைகள் தளர்ந்தன.

''என்னாச்சு அருண்?'' என்றாள் தீபா. ''வேண்டாம் தீபா... இது தப்பு'' என்று அவசரமாக விலகினேன். ''அருண்...'' என்று தோளில் கை வைத்த தீபாவை விலக்கி விட்டேன். வேகமாக வீட்டிற்குச் சென்றேன்.

இரவு 9 மணிக்கு மேல் ரமேஷ் வந்தான். லைட்டைக் கூடப் போடாமல் படுத்திருந்த என்னிடம், ''என்னாச்சுடா? ஏன் என்னமோ மாதிரி இருக்க?'' என்றான். எனக்கு யாரிடமாவது, எல்லாவற்றையும் கூறவேண்டும் போல் இருந்தது. ரமேஷிடம் கூறினேன்.

''ஆம்பளையாடா நீ? ஆம்பளையான்னு கேட்குறேன். பொம்பள ஒருத்தி தைரியமா வர்றா... பயந்துகிட்டு பொட்டை மாதிரி வந்துருக்க?''

''என்னமோ திடீர்னு பயம் வந்துடுச்சு...''

''என்ன பயம்... வேஸ்ட்டுடா நீ... அத ஆளப் பாக்குறப்பவே நினைச்சேன். கொஞ்சம் அலைச்சல் கேஸ்தான். இவ்ளோ நாளா நடந்துகிட்டிருக்கு. நானா இருந்தன்னா, இந்நேரம்...'' என்று சில வினாடிகள் யோசித்த ரமேஷ், ''இப்பவும் ஒண்ணும் கெட்டுப் போயிடல... நீ ஒரு காரியம் பண்ணு. டாக்டர் எக்ஸ்ரே எடுத்துகிட்டு நாளைக்கு வரச் சொல்லியிருக்காரு. நீ பாட்டிய அழைச்சுட்டு போ..''

மறுநாள் காலை, என்னிடம் சகஜமாகப் பேசினாள் தீபா. முந்தைய நாள் இரவு நடந்த சம்பவத்திற்கான எந்த அறிகுறியும், அவளிடம் இல்லை. என்னால்தான் சகஜமாக பேச முடியவில்லை.

மாலை. போக மனசில்லாமல், பாட்டியை ஆர்த்தோ டாக்டரிடம் அழைத்துக்கொண்டுச் சென்றேன். மனசெல்லாம் வீட்டைச் சுற்றியே இருந்தது. ரமேஷ், ஆள் பார்ப்பதற்கு சுமாராக இருந்தாலும், கெட்டிக்காரன். அவளும் சபலக்கேஸ்தான். ரமேஷ் கொஞ்சம் புத்திசாலித்தனமாக செயல்பட்டால் எளிதில் வீழ்த்திவிடலாம்.

நான் நினைத்தது போல்தான் நடந்தது. நாங்கள் திரும்பிய போது, ஹாலில் ரமேஷும் தீபாவும் சிரித்தபடி பேசிக்கொண்டிருந்தனர். தீபாவின் முகத்தில் ஒரு களைப்புத் தெரிந்தது. ரமேஷ் என்னைப்

பார்த்தவுடன் கட்டைவிரலை உயர்த்திக் காட்டினான். எனக்குள் உள்ளுக்குள் பொசபொசவென்று இருந்தது. வேகமாக மேலே வந்துவிட்டேன்.

சில நிமிடங்களிலேயே மேலே வந்த ரமேஷின் முகத்தில் ஏராள உற்சாகம். முகமெங்கும் பொங்கி வழிந்த சிரிப்புடன், ''அருணு... சூப்பர் சான்ஸ மிஸ் பண்ணிட்டடா. பொண்ணு சும்மா லட்டு'' என்று ரமேஷ் கூற, கூற... எனக்கு உடம்பெங்கும் பற்றி எரிவது போல் இருந்தது.

இருபது வருடங்களுக்கு மேலாகிவிட்டது. இன்னும் எரிந்து கொண்டிருக்கிறது. கிட்டாத பொருளின் மேல் உள்ள மோகம் போகாது என்பார்கள். என்னைப் பொறுத்த வரை, கிட்டியும் நாம் அனுபவிக்காத பொருளை வேறொருவன் அனுபவித்துவிட்டால், அவன் மீது ஏற்படும் பொறாமையும், விரோதமும் இருக்கிறதே... அது அதைவிட பயங்கரம்.

அந்த சம்பவத்திற்கு பிறகு, ரமேஷின் மீது சட்டென்று ஒரு வெறுப்பு வந்துவிட்டது. நான் அனுபவிக்காததை, அவன் அனுபவித்துவிட்ட வயிற்றெரிச்சல். அவனைப் பார்க்க, பார்க்க... அவன், தீபாவை அனுபவிக்கும் காட்சி மனதிற்குள் ஓடும். ஆத்திர, ஆத்திரமாக வரும். எனது இயலாமை ஞாபகத்திற்கு வரும். வெறுப்பு மேலும் அதிகரிக்கும்.

எனவே கொஞ்சம் கொஞ்சமாக அவனுடன் பழகுவதைக் குறைத்துக்கொண்டேன். அவனும் வீடு மாற்றிப் போய்விட, சுத்தமாக டச் விட்டுப்போனது. பிறகு அவன் சிங்கப்பூருக்கு வேலைக்குச் செல்லும்போது, என்னை வந்து பார்த்துவிட்டுச் சென்றான். அதோடு சரி. அதன் பிறகு, இத்தனை வருடங்களாகி விட்டது. திருமணமாகி இரண்டு பிள்ளைகள் பெற்று விட்டேன். இன்னும் அந்தத் தீ அணையவில்லை.

அவ்வப்போது தீபாவின் உடல் நினைவில் தோன்றும். அந்த செழிப்பான, குதிரை போன்ற உடல். திமிறும் மார்பகங்கள். அழகான இடுப்பு... எல்லாம் தோன்றி, மனதை அறுத்துக் கொண்டேயிருக்கும். என்ன ஒரு அற்புதமான உடம்பு... அற்புதமான வாய்ப்பு... நழுவவிட்டுவிட்டோம். அதையும், அந்த ரமேஷ் பயல் அனுபவித்துவிட்டான். திடீரென்று கனவுகளில் தீபா தோன்றி, ''ரமேஷ்தான்டா ஆம்பளை. நீ பொட்டைடா...'' என்று கூறுவாள். வியர்த்துப் போய் விழிப்பேன். பிறகு தூக்கமே

வராது. எனது தீராத மோகத்தை தீர்த்துக்கொண்டவன் ரமேஷ் என்பதால், அவன் மேல் ஒரு ஆழ்ந்த வெறுப்பு வேர்விட்டு, செடியாய், மரமாய் தழைத்து வளர்ந்திருந்தது.

இனிமேல் அவனைப் பார்க்கவே போவதில்லை என்று நினைத்திருந்தேன், இன்று காலை வரை. காலை நான் அலுவலகத் திற்கு வந்து 10 நிமிடம் கூட ஆகியிருக்காது. ரிசப்ஷனிஸ்ட் போனில் கூப்பிட்டாள்.

"சார்... உங்களப் பாக்க ரமேஷ்னு ஒருத்தர் வந்திருக்காரு.'' என்று கூற, எனக்கு பகீரென்றது. தவிப்புடன் ரிசப்ஷனுக்கு வந்தேன். ரமேஷ், ஆளே மாறிப்போயிருந்தான். உடம்பில் தொப்பை. காதோரம் லேசான நரைமுடி. என்னைப் பார்த்தவுடன், நான்கு பேர் பார்க்கிறார்கள் என்பதையும் மறந்து, "அருணு..." என்று ஓடி வந்து கட்டிப் பிடித்துக்கொண்டான். நான் கடனேயென்று கட்டிப்பிடித்துக் கொண்டேன். சம்பிரதாயமான விசாரிப்புகளுக்குப் பிறகு, கேன்டீன் சென்றோம். ரமேஷ்தான் உற்சாகத்துடன் பேசிக் கொண்டிருந்தான். நான் பேருக்குத் தலையாட்டிக் கொண்டிருந்தேன்.

"அது ஒரு பீரியடுடா, கோடி ரூபா கொடுத்தாலும், அதுக்கு ஈடான சந்தோஷம் வராதுடா. அதுவும் தீபா வந்தப்ப, எப்படி இருந்துச்சுல்ல?'' என்று எனது மிகவும் உணர்ச்சிமயமான விஷயத்தைத் தொட்டான்.

"என்னடா... தீபா பேரச் சொன்னவுடனே, முகமே மாறிப்போச்சு?'' என்றான்.

"ஒண்ணுமில்ல...''

"என்னா ஃபிகரு இல்ல? லட்டு மாதிரி சான்ஸ மிஸ் பண்ணின...''

"அதுக்கென்ன இப்ப?'' என்றேன் கோபத்துடன்.

"ஏன்டா இப்படிக் கோபப்படுறே?''

"ஆமாம்... நான் பொட்டை. மிஸ் பண்ணினேன்... நீ அனுபவிச்ச... அதுக்கென்ன இப்ப?'' என்று நான் சத்தமாக கூற, என்னையே சில வினாடிகள் உற்றுப் பார்த்த ரமேஷ், பாக்கெட்டிலிருந்து ஒரு சிகரெட்டை எடுத்து பற்றவைத்துக் கொண்டான். ''ரொம்ப நாளா, உன்கிட்ட ஒரு விஷயத்தை

சொல்லணும்னு நினைச்சுகிட்டிருக்கேன்'' என்ற ரமேஷ் பேச்சை நிறுத்தி விட்டு, புகையை இழுத்து விட்டான்.

சில வினாடிகள் மௌனத்திற்குப் பிறகு, ''ஆக்ச்சுவலா என்ன நடந்துச்சுன்னா... நீங்க டாக்டர் வீட்டுக்குப் போனவுடனே, கொஞ்ச நேரம் தீபாகிட்ட பேசிகிட்டிருந்தேன். அப்புறம் பக்கத்துல போய் நெருக்கமா உட்கார்ந்தேன். தள்ளி தள்ளிப் போனா. நைஸா, தோள்ல கை வச்சேன். பொளேர்னு ஒரு அறை விட்டாப் பாரு. நான் ஆடிப் போய்ட்டேன். அடிச்ச அடுத்த செகண்டே அவ, ''ஐயம் நாட் இன்ட்ரஸ்ட்டட் வித் யு. ஸாரி... இதை நான் அடிக்காம சொல்லியிருக்கலாம். நானும் உன்னை ஏதோ ஒரு விதத்துல டெம்ப்ட் பண்ணியிருக்கணும். ஸாரி... தள்ளி உட்காரு''ன்னா. அஞ்சு நிமிஷம் கழிச்சு, எதுவுமே நடக்காத மாதிரி பேச ஆரம்பிச்சுட்டா. அவ ஒரு கேரக்டர்டா...'' என்ற ரமேஷை ஆச்சர்யத்துடன் பார்த்துக்கொண்டிருந்தேன்.

''உன்கிட்ட உண்மையைச் சொல்லியிருக்கலாம். ஏன்னு தெரியல... அந்த வயசுல... அப்படிப் பொய் சொன்னதுல, ஒரு அற்ப சந்தோஷம். அப்புறம் கொஞ்சம் வருஷம் கழிச்சு ஃபீல் பண்ணினேன். ரெண்டு ஃபீலிங். முதல்ல, ஒரு பொண்ணப் பத்தி உன்கிட்ட அபாண்டமா சொன்னது. அடுத்து, உன்கிட்டயே பொய் சொன்னது. இப்பதான் மனசு நிம்மதியாச்சு.''

எனது மனதில் எரிந்துகொண்டிருந்த அந்த தீயும் சட்டென்று அணைந்தது.

★★★

உயிரோசை இணைய இதழ்
27.9.2010

# 8 ஸீன் பிச்சையும், சில மலையாளப் படங்களும்

எனது நண்பன் ஸீன் (scene) பிச்சையின் பெயர்க் காரணத்தைப் பற்றித் தெரிந்துகொள்வதற்கு முன்பாக, ''ஸீன்'' பிச்சை எனப்படும் பிச்சைமுத்துவை உங்களுக்கு லேசாக அறிமுகம் செய்துவிடுகிறேன்.

பிச்சைமுத்து, ஊரில் என்னுடன் கல்லூரியில் படித்தவன். தொண்ணூறுகளில், எங்கள் கல்லூரியின் கதாநாயகன். கல்லூரியின் மதில் சுவரில், சிவப்பு நிற பெயிண்டில் பெரிதாக, ''ஜோதி ஐ லவ் யு - பா. பிச்சைமுத்து. பி.ஏ. வரலாறு, முதலாமாண்டு'' என்று தனது பெயர், வகுப்புடன் எழுதி, ஜோதியின் மீதான தனது காதலைப் பகிரங்கமாக உலகுக்கு அறிவித்தவன். ஜோதி, கல்லூரி முதல்வரான புலவர் கார்வேந்தனிடம் புகார் தெரிவித்தாள். புலவர் கார்வேந்தன் பிச்சையை அழைத்து விசாரித்தார்.

பிச்சைமுத்து, "சார்... எவனாச்சும் மாட்டிக்கிற மாதிரி சொந்த பேரசுவத்துல எழுதி, "ஐ லவ் யு" சொல்லுவானா? சும்மா ஆதாரம் இல்லாம சொல்லக்கூடாது. என் பேரக் கெடுக்கணும்னு எவனோ வேணும்னு எழுதியிருக்கான் சார்... திஸ் இஸ் எ டிபிக்கல் கேஸ் ஆஃப் கேரக்டர் அஸாஸினேஷன்" என்று ஆங்கிலத்தில் எடுத்துவிட... கார்வேந்தன் மிரண்டுவிட்டார்.

"தம்பி... கடைசியா ஏதோ கேரக்டர் அஸாஸினேஷன்னு சொன்னீங்களே. அப்படின்னா என்ன தம்பி?" என்றார்.

"நடத்தைப் படுகொலை. இன்னும் தூய தமிழ்ல சொன்னா குணப் படுகொலை. சில பேரு பண்புப் படுகொலைன்னும் சொல்வாங்கய்யா."

"அற்புதம்... அற்புதம்... என்ன ஒரு அழகான தமிழ்" என்றவர் ஜோதியை நோக்கி, "தம்பி பேசறத எல்லாம் பார்த்தா, அவன் எழுதின மாதிரி தெரியலம்மா. நீ ஆதாரத்தோட வாம்மா. நான் நடவடிக்கை எடுக்குறேன்" என்று அவளை அனுப்பி வைத்துவிட்டார். ஆனால் உண்மையில் அதை எழுதியது பிச்சைமுத்துதான். இப்படியாக எங்கள் கல்லூரியில் புகழ்பெற்ற பிச்சைமுத்து, எனக்கு அறிமுகமானது வேறு விதத்தில்.

அப்போதுதான் கல்லூரி முதலாமாண்டு சேர்ந்திருந்தேன். என்னைப் போன்ற கல்லூரி மாணவர்களின் விரகதாபங்களுக்கு அப்போதுதீனிபோட்டுக்கொண்டிருந்த"விருந்து", "பருவகாலம்" போன்ற அச்சு ஊடகங்களில் சலிப்புற்று, காட்சி ஊடகத்திற்கு மாற நான் முயற்சித்துக்கொண்டிருந்த காலம் அது. ஆனால் எவ்வகைப் பலான படங்களுக்குப் போனால், நல்ல ஸீன்கள் இருக்கும் என்று தெரியாமல் தவித்துக்கொண்டிருந்தேன். இது தொடர்பாக நண்பன் செந்திலிடம் ஆலோசனை கேட்டபோது, "ஸீன் படம் பாக்கணுமா? நம்ம ஸீன் பிச்சையப் பாரு... அவன் சொல்ற படத்துக்குப் போனா, நாலு ஸீன் காரண்டி" என்று கூறி பிச்சையிடம் அழைத்துச் சென்று அறிமுகப்படுத்தி வைத்தான்.

"பிச்சை... இது நம்ம ஃப்ரண்டு சந்துரு. நம்ம காலேஜ்தான் பி.காம்., ஃபர்ஸ்ட் இயர். ஸீன் படம் பாக்கணுமாம்... கொஞ்சம் கைட் பண்ணு..." என்று கூறிவிட்டு சென்று விட்டான். "ம்..." என்று சில வினாடிகள் என் முகத்தை உற்றுப் பார்த்த பிச்சை, "தம்மடிப்பியா?" என்றான்.

''அடிப்பன்ங்க...''

ஒரு ஃபில்டர் சிகரெட்டை எடுத்து நீட்டிய பிச்சை, ''இதுக்கு முன்னாடி ஸீன் படம் பாத்துருக்கியா?'' என்றான்.

''பத்தாவது படிக்குறப்ப ஒரே ஒரு படம் போனங்க... பச்சை வார்ப்புகள்னு ஒரு மலையாளப் படம். ஊர் ஃபுல்லா ப்ரமிளா மாவாட்டற மாதிரி பெரிய, பெரிய போஸ்டர். படத்துக்கு போனா வேஸ்ட்டுங்க. அந்த மாவாட்டற சீன் மட்டும்தான் இருந்துச்சு.''

''சந்துரு... மலையாளப் படம் போன... சரி... டைரக்டர் யாருன்னு பாத்தியா?''

''இல்ல... அத எப்படி பாக்கறது?''

''போஸ்டர்ல நடிகைங்க படத்துக்கு கீழ, எங்கயாச்சும் சின்னதா டைரக்டட் பை... இல்ல இயக்கம்னு போட்டிருப்பான். அத முதல்ல பாக்கணும். டைரக்ஷன் ஜெயதேவன் இல்ல... சந்திரகுமார்... இல்ல கே. எஸ். கோபாலகிருஷ்ணன்(இவர் தமிழில் ''பணமா பாசமா'' ''கற்பகம்'' போன்ற குடும்பப் படங்களை இயக்கிய கே. எஸ். கோபாலகிருஷ்ணன் அல்ல) படம் போனீன்னா... படத்துலயே ஏழெட்டு அரைகுறை சீனு கேரண்டியா இருக்கும். இப்ப கிருஷ்ணா தியேட்டர்ல, மார்னிங் ஷோ என்ன படம் போட்டிருக்கான்?''

''அவள் ஒரு வசந்தம்.''

''ம்.... டைரக்ஷன் யாரு தெரியுமா? ஜெயதேவன்... வர்ற சனிக்கிழமை வா. போலாம்''

அப்போதெல்லாம் தமிழ்நாட்டில் வெள்ளி, சனி, ஞாயிறு காலைக் காட்சியாக மட்டும் பலான மலையாளப்படங்கள் ஓட்டி தமிழர்களின் விரகதாபங்களுக்கு தீனி போட்டுக் கொண்டிருந்தார்கள் (எப்படி புத்திசாலித்தனமாக வீக்என்டில் போட்டிருக்கிறார்கள் பாருங்கள்).

''சனிக்கிழமையா?''

''ஏன் சனிக்கிழமைன்னா என்னா?''

''இல்ல... புரட்டாசி சனிக்கிழமை...'' என்று இழுத்தேன்.

''புரட்டாசி சனிக்கிழமை கவுச்சிதான் திங்கக்கூடாது. மலையாளப் படம்ல்லாம் பாக்கலாம் வா....'' என்றான்.

சனிக்கிழமை... குறுக்கு வழியில் கருவக்காடு வழியாக நானும், பிச்சையும் கிருஷ்ணா தியேட்டருக்கு சென்றுகொண்டிருந்தோம்.

''வீட்டுலருந்துதானே வர்ற?

''ஆமாம்...''

''உங்கப்பா வீட்டுலதானே இருக்காரு?''

''ஆமாம். ஏன்?''

''இல்ல... திடீர்னு கெளம்பி மலையாளப் படத்துக்கு வந்துரப் போறாரு...''

''சே...சே... எங்கப்பால்லாம் அந்த மாதிரி கிடையாது.''

''டேய்... எங்கிட்ட சொல்றியா? சந்துரு... ஒண்ணு மட்டும் தெரிஞ்சுக்க. இந்த அப்பனுங்க இருக்கானுங்களே... புள்ளைங்களுக்கு முன்னாடி யோக்கியனாட்டம்தான் இருப்பானுங்க. ஆனா மகா அயோக்கியப் பசங்க. எங்கப்பனை கூட யோக்கியன்னுதான் நினைச்சுட்டிருந்தேன். ஆனா என்கிட்ட மாட்டிகிட்டாரு. போன மாசம் ''ட்யூஷன் டீச்சர்'' மலையாளப் படம் பாக்கப் போயிருந்தேன். இடைவேளைல, டீ ஆர்டர் பண்ணிட்டு திரும்பிப் பாக்குறேன்... எங்கப்பா நிக்கிறாரு. நான் ஆடிப்போயிட்டேன். அவரும் என்னைப் பாத்துட்டாரு...''

''அப்புறம்... செம திட்டா?'' என்றேன் ஆர்வத்துடன்.

''அவரு எங்க திட்டுறது... நான்தான் புடிச்சு எகிறிட்டேன். ஏன்யா... வீட்டுல வயசுக்கு வந்த பையன வச்சுகிட்டு, சனிக் கிழமையும் அதுவுமா ஆஞ்சனேயர் கோயில் போகாம, மலையாளப் படம் பாக்க வந்துருக்கியே... உனக்கு வெக்கமா இல்ல? என் ஃப்ரண்ட்ஸ் யாரும் பாத்தா என்னைக் காறித் துப்ப மாட்டானுங்க... அது இதுன்னு ஏறிட்டேன். பாவம்... மனுஷன் இடைவேளையோடவே ரிட்டர்னாயிட்டாரு''

நான் சத்தமாக சிரித்தேன்.

அன்று பிச்சையுடன் போன படத்தில், வெயிட்டாக நான்கைந்து ஸீன்கள் இருந்தன. தொடர்ந்து பிச்சையுடன், ஏராளமான மலையாளப் படங்களுக்கு சென்றேன். இருவரும் வாடா, போடா என்று பேசிக்கொள்ளும் அளவிற்கு நெருக்கமாகிவிட்டோம்.

பிச்சையுடன் மலையாளப் படங்களுக்கு செல்வதே ஒரு சுவையான அனுபவம். ஹீரோ கட்டிலில் படுத்துக்கொண்டு ஃபேனைப் பார்த்துகொண்டிருப்பான். ''இப்பப் பாரு... ஃபேன

க்ளோஸ் அப்ல காமிப்பான். அப்படியே சீன் வரும்...'' என்பான். அப்படியே வரும். கதாநாயகி தனியாக வீட்டினுள் ஓரிடத்தை நோக்கி நடந்துகொண்டிருப்பாள். ''இப்ப பாரு குளிக்கிற ஸீன...'' என்று பிச்சை சொல்லி முடிக்கவும், அவர்கள் குளிக்க ஆரம்பிக்கவும் சரியாக இருக்கும்.

மேலும் இம்மாதிரி படங்களில், இடைவேளைக்குப் பிறகு, ''பிட்'' என்று கற்றறிந்த அறிஞர்களால் அழைக்கப்படும் நீலப்படக் காட்சிகளை ஓட்டுவார்கள். அப்போது தியேட்டரில் நள்ளிரவு மயானம் போல நிலவும் பரிபூரண அமைதியை, நான் வேறு எங்கும் இன்று வரையிலும் பார்த்ததில்லை. ஆனால் அந்த பிட் எப்போது வரும் என்று யாராலும் நிச்சயமாக சொல்லமுடியாது. ஆனாலும் பிச்சை மட்டும் கரெக்டாக சொல்லிவிடுவான். ''இப்ப பாரு பிட்ட'' என்பான். அடுத்த வினாடி திரையில் பிட் ஓடும். அதனால் நண்பர்கள் மத்தியில் பிச்சை மீது ஒரு தனி மரியாதை இருந்தது. ''பிட்டு வரப்போறத எப்படிடா கரெக்டா சொல்ற?'' என்று நாங்கள் எல்லோரும் பலமுறை கேட்டிருக்கிறோம். ஆனால் சொல்லவே மாட்டான். ''சொன்னா ரெஸ்பெக்ட்டு போயிடும்ல்ல...'' என்பான்.

இந்த பிட்டு ஓடும் போது பிச்சை பயங்கர டென்ஷனாகி விடுவான். வேகமாக ஒரு சிகரெட்டைப் பற்ற வைத்துக் கொள்வான். ஒரு டிவி ரிப்பேர்காரர் டிவியை ரிப்பேர் செய்யும்போது அதன் உள் பாகங்களை நுணுக்கமாகப் பார்ப்பது போல் அக்காட்சியைப் பார்வையிடுவான். இடையிடையே, ''கேமிராவப் பாக்காதடா....'' என்று ஹீரோவுக்கும், ''இப்ப ஒரு க்ளோஸ் அப் வையுடா...'' என்று கேமராமேனுக்கும் இன்ஸ்ட்ரக்ஷன் கொடுப்பான்.

இவ்வாறு மலையாளப் படங்கள் பார்த்துக்கொண்டிருந்தபோது திடீரென்று ஒரு பிரச்னை. எங்கள் ஊர் சப் இன்ஸ்பெக்டர் ஒருவர் இப்படங்களைப் பார்க்க மஃப்டியில் வருவார். கவனியுங்கள். பிடிப்பதற்கு அல்ல. பார்ப்பதற்கு. வெளியே தெரிந்தால் அசிங்கம் என்று, படம் ஆரம்பித்து பத்து நிமிடத்திற்கு பிறகு வந்து மேல் வரிசையில் ஒரு ஓரமாக உட்கார்ந்து கொள்வார். இடைவேளையின் போது முகத்தில் கர்ச்சீப்பை போட்டு மூடிக்கொள்வார். பிறகு இடைவேளைக்கு பிந்தைய பிட் காட்சி முடிந்தவுடன் வேகமாக வெளியேறி விடுவார். இதனை கவனித்துவிட்ட பிச்சை பசங்களிடம் பேசி, ஒரு ஏற்பாடு செய்து வைத்திருந்தான்.

மறு வாரம் படம் ஆரம்பித்து, சப் இன்ஸ்பெக்டர் வந்து உட்கார்ந்தவுடன் பிச்சைக் குழுவினர் வேலையை ஆரம்பித்தனர். அனைவரும் இரண்டு குழுக்களாக பிரிந்துகொண்டு பாட ஆரம்பித்தனர்.

''கோபாலா...''

''ஏன் சார்?''

''வந்தாச்சா?''

''வந்தாச்சு...''

''யாரு வந்தா?''

''எஸ்ஐ மாமா...''

''எங்கருக்கார்?''

''இதோ பார்...'' என்று பிச்சை எழுந்து சப் இன்ஸ்பெக்டர் இருந்த திசையை நோக்கி கைகாட்ட... பசங்கள் எல்லாம் விசில் அடித்து கலாட்டா செய்துவிட்டனர். நொந்து போன சப் இன்ஸ்பெக்டர் வேக, வேகமாக வெளியேறினார்.

படம் முடிந்து நாங்கள் தம்மெல்லாம் அடித்துவிட்டு, கடைசியாக சைக்கிளை எடுத்துக்கொண்டு வெளியே வந்தோம். அது வரையிலும் எங்கேயோ மறைந்திருந்த சப் இன்ஸ்பெக்டர், சட்டென்று எங்கள் முன் வந்து நிற்க, நாங்கள் அதிர்ந்துவிட்டோம். சப் இன்ஸ்பெக்டர் ஒரு வார்த்தை கூடப் பேசாமல், பிச்சையின் கன்னத்தில் ஓங்கி அறைந்து, ஜீப்பில் ஏற்றினார்.

நான் சைக்கிளை எடுத்துக்கொண்டு சிட்டாகப் பறந்து, பிச்சை வீட்டுக்குச் சென்று விஷயத்தை கூறினேன். எதற்காக என்றெல்லாம் கூறாமல், கடைத்தெருல நின்னுட்டிருந்தோம். திடீர்னு சப் இன்ஸ்பெக்டர் வந்து பிச்சைய இழுத்துட்டுப் போயிட்டாரு என்று கூறினேன். உடனே பிச்சையின் அப்பாம்மா, அக்கா, தங்கை என்று குடும்பமே கிளம்பி ஸ்டேசனுக்கு வந்துவிட்டது. நாங்கள் ஸ்டேசனுக்குச் சென்றபோது பிச்சை ஜட்டியோடு உட்கார வைக்கப்பட்டிருந்தான். முகத்தில் அடி வாங்கியதற்கான அறிகுறிகள் தெரிந்தன.

''அய்யோ... சார்... என் மவன் என்ன சார் பண்ணினான்?'' என்று பிச்சையின் அம்மா கதறினார்.

என்னைத் தனியாக அழைத்துச் சென்ற சப் இன்ஸ்பெக்டர், ''அறிவு கெட்ட நாயே... ஏன்டா அவங்க வீட்டுல கூப்டுகிட்டு

வந்த... ரெண்டு தட்டு, தட்டிட்டு அரை மணி நேரம் கழிச்சு நானே அனுப்பியிருப்பேன். இப்ப நான் மலையாளப் படம் பாக்க வந்தது ஊருக்கே தெரியணுமா?'' என்றார்.

''நான் அதெல்லாம் சொல்லல சார். ஏன்னு தெரியல. அழைச்சுட்டு போயிருக்காங்கன்னுதான் சொன்னேன்.''

''அப்பாடா...'' என்று சப் இன்ஸ்பெக்டர் நகர்ந்தார்.

என்னை அருகே அழைத்த பிச்சை, ''பொறம்போக்கு நாயே... ஏன்டா எங்க வீட்டுல அழைச்சுட்டு வந்த? அதுவும் எங்கம்மா, அக்கான்னு எல்லாத்தையும் அழைச்சுட்டு வந்துருக்க. நான் மலையாளப் படம் பாத்தது இவங்களுக்கெல்லாம் தெரியணுமா?'' என்றான். ''நான் என்னா விஷயம்னு சொல்லல...'' என்றவுடன்தான் பிச்சை நிம்மதிப் பெருமூச்சு விட்டான்.

பிச்சையின் அக்கா, ''என் தம்பி என்ன சார் பண்ணினான்? சொல்லுங்க சார்... டேய் என்னத்தடா பண்ணித் தொலைச்ச?'' என்று பிச்சையைப் பார்த்துக் கேட்டார். சப் இன்ஸ்பெக்டர், பிச்சை இருவரும் வாயையே திறக்காமல் மௌனமாக இருந்தனர். ''நீயாச்சும் சொல்லுடா... அவன் என்னடா பண்ணினான்?'' என்று பிச்சையின் அப்பா என்னிடம் கேட்டார். நானும் வாயைத் திறக்கவில்லை.

''சனிக்கிழமையும் அதுவுமா போலீஸ் ஸ்டேசன்ல வந்து உக்காந்திருக்கியே...'' என்று பிச்சையின் அம்மா அழ... பிச்சையின் அப்பா யோசிக்க ஆரம்பித்தார். என்ன இருந்தாலும் ஒரே ரத்தமல்லவா? ''இன்னக்கி சனிக்கிழமையா? சனிக்கிழமை காலைல தகராறுன்னா....'' என்று எங்களை சந்தேகத்துடன் பார்த்தார். அவரும் மலையாளப்படம் பார்ப்பவரல்லவா? அதனால் தியேட்டரில்தான் ஏதோ தகராறு என்று ஊகித்துக்கொண்டார். சப் இன்ஸ்பெக்டர் சட்டென்று சுதாரித்துக்கொண்டு, ''சரி... நீங்க பையனை அழைச்சுட்டு போங்க...'' என்று பிச்சையின் ட்ரெஸ்ஸை தூக்கிப் போட்டார்.

''என் மவன் என்ன பண்ணினான் சார்? எதுக்கு அழைச்சுட்டு வந்தீங்க?'' என்றார் பிச்சையின் அம்மா விடாமல். ''ஒண்ணுமில்ல... சும்மாதான்'' என்ற சப் இன்ஸ்பெக்டர், போனை எடுத்து நம்பரை சுழற்ற ஆரம்பித்தார்.

ஸ்டேசனை விட்டு வெளியே வந்தவுடன், பிச்சையின் அப்பா மேற்கொண்டு எதுவும் கேட்கவில்லை. பிச்சையின் அம்மாதான் விடாமல், ''எனக்குக் காரணம் தெரிஞ்சாகணும். ஏன்டா உன்ன ஸ்டேசனுக்கு அழைச்சுட்டு வந்தாங்க?'' என்றார்.

''ஒண்ணுமில்ல... சும்மாதான்'' என்ற பிச்சை வேகமாக முன்னால் நடக்க ஆரம்பித்தான். ''நீயாச்சும் சொல்லுடா...'' என்று பிச்சையின் அக்கா என்னிடம் கேட்க... சில வினாடிகள் தீவிரமாக சிந்தித்த நான், ''ஒண்ணுமில்ல... சும்மாதான்....'' என்றேன்.

அந்த சம்பவத்திற்கு பிறகு, நான் மலையாளப் படங்கள் பார்ப்பதைக் குறைத்துக் கொண்டேன். ரொம்ப நல்ல(?) படம் என்று யாராவது சொன்னால் மட்டும் போக ஆரம்பித்தேன். ஒரு குறிப்பிட்ட காலத்திற்கு பிறகு, புத்தகம் படிப்பதில் எனக்குத் தீவிர ஆர்வம் ஏற்பட்டு... அசோகமித்திரன், வண்ணதாசன்... என்று திசைமாறினேன். பிச்சையுடன் படங்கள் பார்ப்பது சுத்தமாக நின்றுபோயிற்று.

ஒரு நாள் திடீரென்று வீட்டுக்கு வந்திருந்தான் பிச்சை. ''ஒரு முக்கியமான மேட்டர்... அதான் நேரா வந்துட்டேன்'' என்றான்.

''என்ன விஷயம்?''

''பசங்களுக்கு லோக்கல்ல, பழைய மலையாளப் படமா பாத்து அலுத்துப்போயிடுச்சு. தஞ்சாவூர் பர்வீன் தியேட்டர்ல ''லயனம்'' படம், அடுத்த வாரம் ரிலீஸ். அதான் ஒரு சின்ன டூர் அரேஞ் பண்ணியிருக்கேன். காலைல இங்கருந்து கிளம்புறோம். காலைக் காட்சி லயனம். அப்புறம் மேட்னி திருவள்ளுவர் தியேட்டர்ல ''மலையத்திப் பெண்'' படம் போறோம். ஈவ்னிங் அப்படியே செகண்ட் ஷோ ''திருட்டுப் புருஷன்'' பாத்துட்டு ரிட்டர்ன். எப்படி ப்ரோகிராம்?''

காமத்தையும், கடவுளையும் ஒன்றாக இணைக்கும் பிச்சையின் பயணத்திட்டத்தைக் கேட்டு எனக்குப் புல்லரித்துபோனது.

''என்ன வர்றியா? ஆளுக்கு அம்பது ரூபாய்...''

''வரல பிச்சை. நீங்க போய்ட்டு வாங்க... எக்ஸாம்லாம் வருது...''

''ஏங்கடா திடீர் திடீர்னு திருந்துறீங்க. சொல்லிட்டு திருந்துங்கடா...''என்று கூறிவிட்டு சென்றான் பிச்சை. மலையாளப் படம் பார்க்கவராத என்னுடன் பழகுவதை அவன் கௌரவக்

குறைச்சலாக நினைத்தானோ என்னவோ... அதன் பிறகு பிச்சை என்னுடன் பேசுவதைக் குறைத்துக்கொண்டான்.

நான் கல்லூரி படிப்பை முடித்தவுடன், என் அப்பாவுக்கு மெட்ராஸ்க்கு டிரான்ஸ்ஃபராக... பிச்சையிடம் சென்று விடை பெற்றுக்கொண்டேன்.

''ம்... நல்லபடியாதான் இருந்தோம். நடுவுலதான் கொஞ்சம் மனஸ்தாபம் ஆயிடுச்சு.'' என்றான் பிச்சைமுத்து.

''மனஸ்தாபம்ல்லாம் ஒண்ணுமில்லயே... மலையாளப்படம் பாக்க வர்றதுல்ல அவ்ளோதான்...''

''மலையாளப் படம் பாக்க வரலன்னாலே, என்னோட மனஸ்தாபம் ஆன மாதிரிதான்'' என்றான் பிச்சைமுத்து.

''பரவால்ல விடு. அப்புறம் பிச்சை... நான் மெட்ராஸ் போறதுக்கு முன்னாடி இந்த ஒரு விஷயத்த மட்டும் சொல்லிடு. இன்டர்வெல்லுக்கு பின்னாடி பிட்டு போடப் போறத எப்படி கரெக்டா சொல்லுற?''

''சொல்றேன். ஆனா லோக்கல்ல யாருக்கும் சொல்ல மாட்டேன்னு சத்தியம் பண்ணு...'' என்று சத்தியம் வாங்கிக் கொண்டு, ''அதாவது என்னன்னா... தியேட்டர்ல ரெண்டு ப்ரொஜக்டர் இருக்கும். இன்டர்வெல்லப்ப ஒரு ப்ரொஜக்டர்ல பிட்டு ஃபிலிம போட்டு ரெடியா வச்சிருப்பாங்க. இடைவேளைக்குப் பிறகு மெயின் படம் ஓடிட்டிருக்கறப்ப, அந்த பிட்டு ப்ரொஜக்டர போட்டு விட்டுட்டு, மெயின் பட ப்ரொஜக்டர நிறுத்திடுவாங்க. பிட்டு ப்ரொஜக்டர் ஓட ஆரம்பிக்கிறப்ப ப்ரொஜக்டர் ஓடற சத்தத்துல லேசா... மைனூட்டா ஒரு வித்தியாசம் இருக்கும். இடைவேளைக்கு அப்புறம் காத தீட்டி வச்சுகிட்டு உக்காந்திருப்பன். ப்ரொஜக்டர் சத்தம் வேற மாதிரி கேக்க ஆரம்பிச்சவுடனே நான் சொல்லுவேன். கரெக்ட்டா பிட்டு வரும்'' என்ற பிச்சையை நான் பிரமிப்புடன் பார்த்தேன்.

அதன் பிறகு ஏறத்தாழ 20 வருடங்கள் கழித்து, இந்த ஆண்டு சென்னை புத்தகக் கண்காட்சியில்தான் பிச்சையை சந்தித்தேன். என்ட்ரன்ஸ் டிக்கெட் வாங்குமிடத்தில் எனக்கு முன்பு க்யூவில் நின்றிருந்த பிச்சையை எனக்கு முதலில் அடையாளம் தெரியவில்லை. அதற்குள் வழுக்கை விழ ஆரம்பித்து, லேசாகத் தொப்பையெல்லாம் போட்டு, ஆளே மாறிப்போயிருந்தான்.

பிறகு அடையாளம் தெரிந்தவுடன், ''பிச்சை...'' என்று சத்தமாக அழைத்துக்கொண்டே அருகில் சென்றேன். அவனும் சில வினாடிகள் விழித்துவிட்டு... பிறகு அடையாளம் கண்டு, ''சந்துரு'' என்று அழைத்தபடி என்னைக் கட்டிப்பிடித்துக்கொண்டான்.

சம்பிரதாய விசாரிப்புகள் எல்லாம் முடிந்து, ''நீ மெட்ராஸ்லதான் இருக்கியா?'' என்றேன்.

''இல்ல...திருவனந்தபுரத்துல இருக்கேன்.''

''என்னடா... மலையாளப் படமா பாத்து, பாத்து... கடைசில கேரளாவுலயே செட்டிலாயிட்டியா?''

''அது பெரிய கதை... காலேஜ் முடிஞ்சுது. ஆனா பாஸ் பண்ணல. எட்டு பேப்பர் அரியர்ஸ். தினம்... எனக்கும், எங்கப்பாவுக்கும் சண்டை. எங்க மாமா ஒருத்தர், திருவனந்தபுரத்துல, சினிஃபீல்டுல ப்ரொடக்ஷன் மேனேஜரா இருந்தாரு. என்கூட வாடான்னு அழைச்சுட்டு போனாரு. அவருக்கு ஹெல்ப்பா இருந்தேன். அப்படியே சினிமால இன்ட்ரஸ்ட் வந்து, ஒரு நல்ல டைரக்டர்கிட்ட அசிஸ்டென்ட்டா இருந்தேன். இப்ப தனியா படம் டைரக்ட் பண்ணிகிட்டிருக்கேன். ஷூட்டிங்லாம் முடிஞ்சிருச்சு. போஸ்ட் ப்ரொடக்ஷன் ஒர்க்லாம் மெட்ராஸ்ல நடக்குது. அதுக்குதான் மெட்ராஸ் வந்துருக்கேன்'' என்ற பிச்சையை சிறிது நேரம் ஆச்சரியத்துடன் பார்த்துக் கொண்டிருந்து விட்டு, பிறகு சந்தேகத்துடன், ''என்ன படம்டா?'' என்றேன்.

''ஆர்ட் ஃபிலிம். என்.எஃப்.டி.ஸி. தயாரிப்புடா. ஸ்க்ரிப்ட்ட அப்ரூவ் பண்ணி, 35 லட்சம் ரூபாய் தந்துருக்காங்க. படம் ஃபுல்லா ஒரு ஸீன்ல கூட பொம்பளையே கிடையாது. ஒரு வயசான தாத்தாவுக்கும், பேரனுக்கும் இருக்கிற பாசத்தப் பத்தின கதை. எப்படியும் அவார்ட் கிடைச்சுடும்னு நம்புறேன்...'' என்று சீன் பிச்சை கூறிக்கொண்டே செல்ல... நான் மயக்கம் வந்து விழுந்துவிடாமல் இருப்பதற்காக பிச்சையின் தோளைப் பிடித்துக் கொண்டேன்.

★★★

சொல்வனம் இணைய இதழ்
4.10.2012

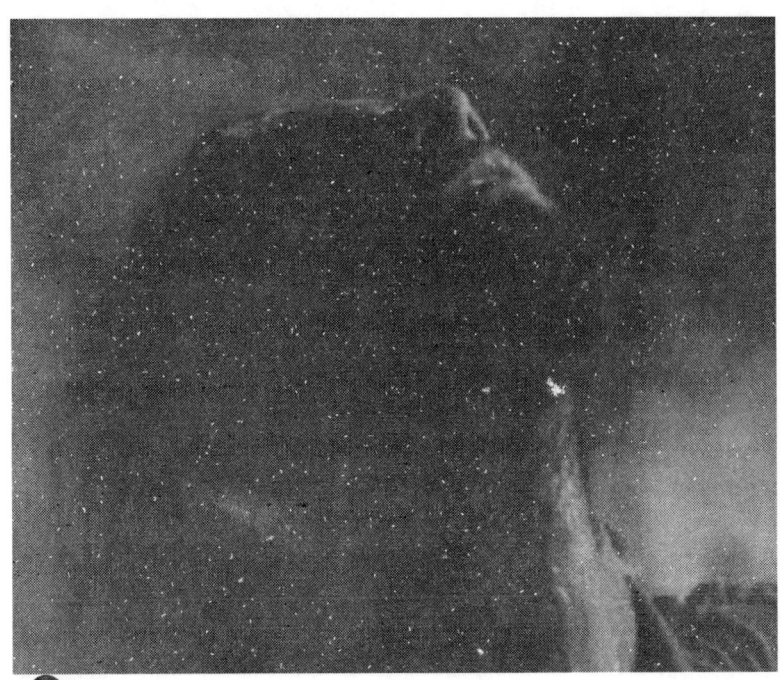

2013
டைரி

இது எனது டைரி என்று சொல்வதை விட, ஒரு இந்திய இளைஞனின் டைரி என்று சொல்வது சரியாக இருக்கும். ஒரு இந்திய இளைஞனாக வாழ்வதில் நிறைய சிரமங்கள் உள்ளன. செல்ஃபோனில் யாரும் அழைக்காவிட்டாலும், ஒரு நிமிடத்திற்கொரு முறை மொபைலை எடுத்து உற்று உற்றுப் பார்க்கவேண்டும். பெற்றோர் எவ்வளவு அபத்தமாகப் பேசினாலும் எதிர்வார்த்தை பேசக்கூடாது. ஒரக்கண்ணால் ஒரு பெண்ணை ஒரு வினாடி பார்த்தவுடனேயே உருகிப்போய்க் கவிதை எழுதவேண்டும்.

உங்களுக்குப் படிப்பு வந்தாலும், வராவிட்டாலும் உயிரைக் கொடுத்தாவது சாஃப்ட்வேர் கம்பெனியில் வேலைக்குச் சேர்ந்தே ஆகவேண்டும். எனவே இந்த டைரியில் உள்ளது எனது வாழ்க்கை என்பதை விட, ஒரு சராசரி இந்திய இளைஞனின் நெருக்கடிகள் என்றே கருதவேண்டும். இந்த டைரி உங்கள் கண்ணில் பட்டால் படிக்காதீர்கள். மீறிப் படித்தால் உங்கள் கனவில் அஞ்சு தலை நாகம் வந்து கண்களில் கொத்தட்டும் என்று சபிக்கிறேன்.

அன்புடன்
செந்தில்குமார்.

**ஜூன் 17, 2013, திங்கள்**

எனக்கு பயமாக இருக்கிறது. அப்பா என்னை, சென்னையில் ஒரு தனியார் பொறியியல் கல்லூரியில் சேர்க்கப் போகிறார். ஹைஸ்கூல் கணக்கு வாத்தியார் மகன், பிஇ படித்துவிட்டு சென்னையில் 40,000 சம்பளம் வாங்குகிறானாம். நானும் வாங்கவேண்டுமாம். நான் ப்ளஸ் டூ வரை கிராமத்து அரசினர் மேல்நிலைப்பள்ளியில் தமிழ் மீடியத்தில் படித்தவன். ப்ளஸ்டூவில் எழுநூத்தி சொச்சம் மார்க் வாங்குவதற்கே நாக்குத் தள்ளி விட்டது. திடீரென்று ஆங்கிலத்தில் பிஇ படிப்பதென்பது சாதாரண விஷயமில்லை அப்பா... உங்கள் கனவுகள் எனக்குப் புரிகிறது. ஆனால் அந்தக் கனவுகளுக்கு நான் தகுதியானவனா என்று யோசிக்க வேண்டாமா? நான் பிஇ படிக்கவில்லை என்று சொன்னால் ஏன் ஏற்றுக்கொள்ள மறுக்கிறீர்கள்? என்னை விட்டு விடுங்களேன். இங்கேயே, பக்கத்து டவுன் அரசுக் கலைக் கல்லூரியில் ஏதேனும் ஒரு டிகிரி படித்து, டிஎன்பிஎஸ்சி தேர்வு எழுதி, ஏதேனும் அரசு அலுவலகத்தில் நாற்காலி தேய்த்து, சுமாரான சம்பளத்துடன், ஒரு சுமாரான அழகுடைய பெண்ணைத் திருமணம் செய்துகொண்டு, சுமாராக வாழ்ந்துவிட்டு செத்துப் போகிறேனே அப்பா...

**ஜூலை 10, 2013, புதன்**

சென்னையில் நாலு லட்சம் பணம் கட்டி, மேனேஜ்மெண்ட் கோட்டாவில் அப்பா சீட்டு வாங்கிவிட்டார். பிஇ கம்ப்யூட்டர் சயன்ஸ். இதற்காக அப்பா மேற்கால நிலத்தில் இரண்டு ஏக்கரை விற்றுவிட்டார். பிறகு வருடா வருடம் ஒரு லட்சம் கட்டவேண்டுமாம். சென்னை மாமா வீட்டில் தங்கிப் படிக்கச் சொல்கிறார்கள். நினைக்கவே வெறுப்பாக இருக்கிறது.

**ஜூலை 15, 2013 திங்கள்**

இன்றுகல்லூரியில்முதல்நாள். பெண்பிரசவத்திற்குத்துணையாக இருக்க, அமெரிக்கா சென்ற பட்டிக்காட்டுத் தாய் நியூயார்க் ஏர்போர்ட்டில் விழிப்பது போல் விழித்துக்கொண்டிருக்கிறேன். மற்றப் பையன்களைப் பார்க்கும்போது தாழ்வு மனப்பான்மையாக இருக்கிறது. ஐபாட், ஐநாக்ஸ், எக்ஸ்பிரஸ் அவென்யு... என்று என்னன்னவோ பேசுகிறார்கள். விஜய் சினிமா, பத்ரகாளியம்மன் கோயில் பண்டிகை... நல்லதங்காள் கூத்து... இதைப்பற்றி யெல்லாம்தான் நான் பேச முடியும். யாரிடம் பேசுவது? வகுப்பில் என்னை மாதிரி திசை தவறி வந்த மேலும் சில ஆடுகள் இருந்தன. அவர்களுடன், கடைசி வரிசையில் உட்கார்ந்துகொண்டேன். ஆசிரியர் அனைவரிடமும் பெயர், ஊர் விசாரித்தார். அனைவரும் ஆங்கிலத்தில்தான் பதில் சொன்னார்கள். அவர்கள் எப்படிச் சொல்கிறார்கள் என்று கூர்ந்து கவனித்துக்கொண்டிருந்தேன். எனது முறை வந்ததும், ''மை நேம் இஸ் செந்தில்குமார்...'' என்று சொல்வதற்குள்ளேயே எனக்கு வேர்த்து விறுவிறுத்துவிட்டது. சில பெண்கள் சிரித்தார்கள். ஊர் பெயரை சொல்லமுடியாமல் தடுமாற... சார், ''இட்ஸ் ஓகே... சிட் டவுன்...'' என்றவுடன், அப்பாடா என்று உட்கார்ந்தேன். இன்னும் இந்த வாழ்க்கையில் எத்தனைக் கோடி துன்பம் வைத்தாய் இறைவா?

**ஜூலை 16, 2013 செவ்வாய்**

வகுப்பில் பாதிக்கு மேல் பெண்கள். அவர்கள் எப்போதும் ஏதோ ரகசியம் பேசுவது போல், குசுகுசுவென்றுதான் பேசிக்கொள்கிறார்கள். திடீர் திடீரென்று ஆங்கிலத்தில் வெடித்து சிரிக்கிறார்கள். கிண்டலடிக்கும் பையன்களின் தலைமுடியைப் பிடித்து உலுக்கி, ''ஐ வில் கில் யு....'' என்று சிரிக்கிறார்கள். கொலை செய்வது சிரிக்கக்கூடிய விஷயமா என்ன?

**ஆகஸ்ட் 15, 2013 வியாழன்**

இன்று சுதந்திர தினம். விடுமுறை. வீட்டில் அனைவரும் இருக்கிறார்கள். மாமா வீட்டில், எல்லாமே எனக்குப் புதுமையாக இருக்கிறது. மாமா, அத்தை இருவரும் வேலைக்குச் செல்கிறார்கள். இரண்டு பிள்ளைகள். பெரியவன், டிசிஎஸ்ஸில் 70,000 சம்பாரிக்கிறானாம். அவனிடம் மாமாவும், அத்தையும் இன்ஸ்பெக்ஷனுக்கு வந்த டிஇஓவிடம், ஹெச்எம் பேசுவது போல் அவ்வளவு மரியாதையாகப் பேசுகிறார்கள். பணம் பண்ணும்

வேலையைப் பாருங்கள். அடுத்த மகளும் ஏதோ வேலைக்கு செல்கிறது. வரும்போதே செல்போனில் பேசிக்கொண்டே வீட்டினுள் நுழைகிறது. செல்போனில் பேசிக்கொண்டே பாத்ரூம் செல்கிறது. செல்போனில் பேசிக்கொண்டே சாப்பிடுகிறது. தூங்கும்போதும் செல்போனில் பேசிக்கொண்டே தூங்குவாளோ? அத்தையின் அப்பாவும் இங்குதான் இருக்கிறார். பெயர்: ரங்கராஜன். அவரைப் பற்றி தனியே எழுதவேண்டியுள்ளது.

**செப்டம்பர் 4, 2013 புதன்**

இந்த ரங்கராஜன் தாத்தா சுதந்திரப் போராட்ட தியாகி. மாமாப் பெண் செல்போனுக்கு வாழ்க்கைப்பட்டிருப்பது போல், இவர் ஆங்கில செய்தித்தாளுக்கு வாழ்க்கைப்பட்டிருக்கிறார். நான் காலையில் ஆறரைக்குக் கல்லூரி கிளம்பும்போது, கையில் பேப்பரோடு உட்கார்ந்திருப்பார். மாலை நான் வரும்போதும் பேப்பரோடுதான் உட்கார்ந்திருப்பார். நடுநடுவே எங்களையெல்லாம், ''அற்ப மானிடப் பதர்களே...'' என்பது போல் ஓரக்கண்ணால் பார்ப்பார். எப்போதாவது பேசுவது கூட, ''நியூஸ்பேப்பரை எங்கே காணோம்?'', என்றுதான் இருக்கும். ஒரு நாள், பேப்பரை எடுத்து ஒளித்து வைத்துவிடலாமா என்று தோன்றியது. வேண்டாம். பெருசுக்கு 90 வயசு. அதிர்ச்சில பொட்டுன்னு போய் சேர்ந்துட்டா வம்பு.

**செப்டம்பர் 9, 2013 திங்கள்**

இன்று எஞ்சினியரிங் கிராஃபிக்ஸ் வகுப்பு. சார் ''ஆல் ஆஃப் யு டேக் யுவர் ப்ரொட்ரக்டர்...'' என்றார். இதைச் சொல்லும்போது மனுஷன் சோதனையாக, என்னருகில்தான் நின்றுகொண்டிருந்தார். எனக்கு ப்ரொட்ரக்டர் என்றால் என்ன என்று தெரியவில்லை. தடுமாறினேன். ஏதோ ஒன்றை எடுத்தேன். சார் கடுப்பாகி, ''ஹேய் மேன்... ஐ ஸே டேக் யுவர் ப்ரொட்ரக்டர்...'' என்றார் சத்தமாக. அனைவரும் திரும்பி என்னையே பார்த்தனர். சார், ''தமிழ் மீடியமா?'' என்றார். நான் வெட்கத்துடன், ''ஆமாம் சார்...'' என்றேன். என்ன ஒரு அவமானம் பாருங்கள்... தமிழ்நாட்டில் வாழ்ந்துகொண்டு, தமிழ் மீடியத்தில் படித்தேன் என்பதை வெட்கத்துடன் சொல்லவேண்டியிருக்கிறது. அவரே பெட்டியி லிருந்து பாகைமானியை எடுத்தார். ''இது என்னா மேன்?'' என்றார். நான், ''பாகைமானி...'' என்றவுடன், வகுப்பில் பயங்கர சிரிப்பு சத்தம். தமிழ்நாட்டில், தமிழில் ஒரு கருவியின் பெயரைச்

சொல்வது கூட சிரிப்பதற்குரிய விஷயமா என்ன? பொங்கி வந்த அழுகையை கஷ்டப்பட்டு அடக்கிக்கொண்டேன்.

**செப்டம்பர் 26, 2013 வியாழன்**

புத்தகங்கள் எல்லாம் ஆங்கிலத்தில் உள்ளது. பிஸிக்ஸ்க்கு பி.மணி எழுதியது. கெமிஸ்ட்ரிக்கு ரவிகிருஷ்ணன். புத்தகங்களில் எனக்கு ஒரு இழவும் புரியவில்லை. எப்போது புரிந்து, எப்போது படித்து.... பயமாக இருக்கிறது. டிசம்பர் இறுதியில் செமஸ்டர் எக்ஸாமாம். அதற்குள் இதையெல்லாம் படித்தாகவேண்டும். ஊரில் என்னோடு படித்தவர்கள் எல்லாம் இந்த இரவு நேரத்தில் பட்டிக் காவல் போயிருப்பார்கள். பட்டிக்காவலுக்கு வந்திருக்கும் பிற பசங்களுடன் சேர்ந்து, வேப்பம் இலைகளைப் பற்றவைத்து, கும்பலாக உட்கார்ந்து குளிர் காய்ந்துகொண்டிருப்பார்கள். இன்னும் சிறிது நேரத்தில் குடுசுக்குள் ஏறிச் சென்று, வைக்கோல்போரில் கம்பளியை விரித்து படுத்துக்கொள்வார்கள். காலையில் எழுந்து, கொடாப்பில் உள்ள ஆட்டுக்குட்டி, கன்றுக்குட்டியை எல்லாம் வெளியே விட்டுவிட்டு, வீட்டுக்குச் செல்வார்கள். போகும் வழியில் மல்லிகா தண்ணியெடுக்க போகும். மல்லிகா தண்ணியெடுக்க போவதே, தினந்தோறும் ஒரு சின்னத் திருவிழாதான். அவளைப் பார்ப்பதற்காகவே அவ்வளவு கும்பலும், சாலையில் காத்திருக்கும். இதையெல்லாம் விட்டு விட்டு... ம்ஹ்ம்... எல்லாம் ஜாதகத்துல எழுதியிருக்கணுங்க.

**டிசம்பர் 13, 2013 வெள்ளி**

பரிட்சைக்கு இன்னும் இரண்டு வாரம்தான் இருக்கிறது. நான் திகிலில் இருக்கிறேன். மொத்தம் ஆறு பேப்பர்கள். கிராஃபிக்ஸ் தேர்வில் மட்டும் படம் வரைந்து பாஸ் பண்ணிவிடலாம். மற்றதையெல்லாம் நினைத்தாலே பயமாக இருக்கிறது. ஒரு நாளைக்கு சராசரியாக 4 மணி நேரத்திற்குக் குறையாமல் படிக்கிறேன். ஒன்றும் மண்டையில் ஏறவில்லை. இன்று வீட்டுக்கு ஃபோன் செய்து புலம்பினேன். ''அம்மா... ஏம்மா பிஇ சேர்த்தீங்க? ரொம்ப கஷ்டமா இருக்கும்மா. எல்லாத்துலயும் ஃபெயில் ஆயிடுவேன் போலருக்கு...'' என்ற நான் ஏனோ தெரியவில்லை. அழுதுவிட்டேன். ''ஏன் கண்ணு அழற? கஷ்டப்பட்டாதான் கண்ணு முன்னுக்கு வரமுடியும். அப்பா உனக்காக நிலத்தை வித்து படிக்க வைக்குறாரு....'' என்றாள். ஃபோனை வாங்கிய அப்பா கொஞ்சம் அதட்டலாக பேசியிருந்தால் கூட நன்றாக

இருந்திருக்கும். ஆனால் அவரும் அம்மாவின் தொனியிலேயே கனிவாக, ‘‘கண்ணு... அப்படில்லாம் சொல்லக்கூடாது. அப்புறம் என்னால ஊருல தலை நிமிர்ந்து நடக்க முடியாது. படிச்சாதான் பெரிய ஆளாகலாம். இப்ப மாமா வீட்டுல பாரு... அவங்கள்லாம் படிச்சு நல்ல வேலைல இருக்கறதாலதான் வசதியா இருக்காங்க. நீயும் அந்த மாதிரி ஆவ வேண்டாமா? உன்னோட சேர்ந்து நம்ம குடும்பமும் முன்னேறும். எங்கள ஏமாத்திடாத கண்ணு.’’ என்று கூற எனக்கு மேலும் அழுகை வந்தது. ‘‘சரிப்பா...’’ என்று கூறிவிட்டு ஃபோனை வைத்தேன். கண்களைத் துடைத்துக்கொண்டேன்.

**2014**

**மார்ச், 7 2014 வெள்ளி**

இன்று பரிட்சையின் முடிவுகள் வெளிவந்தன. எனது வாழ்க்கையின் மாபெரும் அதிர்ச்சி. ஆறு சப்ஜெக்ட்டிலும் ஃபெயில். கட்டாயம் பாஸ் செய்துவிடுவேன் என்று நான் நம்பிய கிராஃபிக்ஸில் கூட ஃபெயில். அடுத்த செமஸ்டரில் 6 சப்ஜெக்ட். மொத்தம் 12 சப்ஜெக்ட்டில் தேர்வு எழுதவேண்டும். அதிலும் கட்டாயம் அரியர்ஸ் விழும். பிறகு... . அடுத்தடுத்த ஆண்டுகளை நினைத்தால் வயிற்றைக் கலக்கியது. கடவுளே... என்னை நம்பி இவ்வளவு பணத்தைப் போட்டிருக்கும் அப்பா... கனவுகளுடன் காத்திருக்கும் குடும்பம்... கையாலாகாதவனாக நான். மாலையிலிருந்து அப்பா எனது மொபைலுக்கு அடித்துக் கொண்டேயிருக்கிறார். இன்று ரிசல்ட் என்று அப்பாவுக்குத் தெரியும். என்ன பேசுவது? ஃபோனை கட் செய்தேன். அதிகம் யோசிக்காமல் சட்டென்று அந்த முடிவை எடுத்தேன். கடைக்குச் சென்று மூட்டைப்பூச்சி மருந்தும், பெப்ஸியும் வாங்கிக் கொண்டு வந்தேன். வீட்டில் தாத்தா மட்டும்தான் இருக்கிறார். பெப்ஸியுடன் மூட்டைப்பூச்சி மருந்தைக் கலந்தேன். கசப்புடன் குடித்தேன். குடித்துவிட்டுதான் இதை எழுதுகிறேன். வயிறை பயங்கரமாக புரட்டுகிறது. வாந்தி வருவது போல் இருக்கிறது. எல்லாம் சிறிது நேரம்தான். அப்புறம் எல்லாப் பிரச்னைகளும் முடிவுக்கு வந்துவிடும். மண்டையில் ஏறாத பாடத்தைப் படிக்கவேண்டியதில்லை. குடும்பத்தின் கனவுகளை சுமக்கவேண்டியதில்லை. யாரோ கதவைத் தட்டுகிறார்கள். நான் திறக்கப்போவதில்லை... திறக்கப்போவதி.....

மருத்துவமனை அறை. டைரியைப் படித்து முடித்துவிட்டு ரங்கராஜன் தாத்தா, என்னையே பார்த்துக்கொண்டிருந்தார். அம்மா இன்னும் அழுது ஓயவில்லை. அப்பா என்னை வெறித்துப் பார்த்தபடி உட்கார்ந்திருந்தார். தாத்தா பேச ஆரம்பித்தார்.

''சாயங்காலம் இவன் முகத்தப் பாத்தே எனக்கு ரிசல்ட் தெரிஞ்சுடுச்சு. நான் தோட்டத்து பக்கம் போனப்ப, அவன் ரூம் ஜன்னல்கிட்ட மூட்டைப்பூச்சி மருந்து பாக்கெட்டப் பாத்தேன். சந்தேகப்பட்டுதான் கதவைத் தட்டினேன். இவன் திறக்கவே இல்லை. பக்கத்து ஃப்ளாட் பசங்களை அழைச்சுட்டு வந்து, கதவை உடைச்சு திறந்தேன்'' என்றவர் ''இதைப் படிங்க...'' என்று அப்பாவிடம் டைரிகளைக் கொடுத்தார். அப்பா படித்து முடித்தபோது, அவருடைய கண்களில் கண்ணீர். சில வினாடிகள் அப்பாவையே உற்று பார்த்துக்கொண்டிருந்த தாத்தா பிறகு சத்தமாகப் பேச ஆரம்பித்தார்.

''நாங்கள்லாம் பிள்ளைங்கள, எங்களுக்கு கீழ இருக்கறவங்கள காமிச்சு வளர்ப்போம். அவங்கள எல்லாம் பாரு. ஏதோ கடவுள், இந்த அளவுக்கு நம்மள வச்சுருக்காருன்னு சந்தோஷப்படுன்னு சொல்லி வளர்ப்போம். ஆனா நீங்க... ராமசாமி அமெரிக்கா போயிருக்கான். குப்புசாமி அம்பதாயிரம் சம்பாரிக்கிறான். நீயும் சம்பாரி. எல்லோருக்கும், எல்லாம் கிடைச்சா நல்லா தான் இருக்கும். ஆனா நம்ம பையனால முடியுமான்னு யோசிக்கணும். இவன் ஆரம்பத்துலயே தெளிவா முடியாதுன்னு சொல்லியிருக்கான். நீங்கதான் கட்டாயப்படுத்தி பிஇ சேர்த்திருக்கீங்க அதுவும் இவ்வளவு பணம் செலவு பண்ணி. அதான் அவனை ரொம்பக் குடைஞ்சிருக்கு. உங்களோட கனவு களை, ஆசைகள.... புள்ளங்க மேல தயவுசெஞ்சு திணிக்காதீங்க'' என்ற தாத்தா எழுந்து என்னருகில் வந்தார். நான் சற்றும் எதிர்பாராதவிதமாக என் கன்னத்தில் ஓங்கி அறைய... நான் அதிர்ச்சியுடன் தாத்தாவைப் பார்த்தேன்.

''அறுபத்தாறு வருஷ சுதந்திர இந்தியா, பிரச்னைகளை எதிர்கொள்ள தைரியமில்லாத, ஒரு இளைஞர் சமுதாயத்தைதான் கடைசில உருவாக்கியிருக்குன்னு நினைக்கறப்ப வெக்கமா இருக்கு. படிப்பு போச்சுன்னா, எல்லாம் முடிஞ்சுபோயிடுச்சா? பெயிலானீல்ல? ஒண்ணு... இன்னும் தீவிரமா படிச்சு, பாஸ் பண்ண ட்ரை பண்ணணும். இல்ல... அம்மாப்பாகிட்ட என்னால

இனிமே படிக்கமுடியாதுன்னு தெளிவா சொல்லணும். வேற வழில முன்னேற முயற்சிக்கணும். டைரி ரொம்ப நல்லா எழுதியிருந்த. சொல்ல வர்ற விஷயத்தை அழகா, சுவாரஸ்யமா சொல்ற... நீ பத்திரிகைத் துறைல ட்ரை பண்ணா நல்லா வரலாம். இல்ல... உங்கப்பா நிலம் வச்சிருக்காரு. விவசாயத்தை பார்க்கலாம். வீட்டுல ஒத்துக்கலன்னா, வீட்ட விட்டு வெளிய வா. வேற வழில ஜெயிச்சு காட்டு. அதை விட்டுட்டு தற்கொலை பண்ணிக்கறானாம்... தற்கொலை. கோழைப் பய..." என்றவர் அனைவரையும் சேர்ந்தாற்போல் நோக்கி குரல் உயர்த்திப் பேச ஆரம்பித்தார்.

"உங்களுக்கெல்லாம் வாழ்க்கைன்னா படிப்பு, வேலை, கல்யாணம், கார், பங்களா.... அவ்வளவுதான். நாங்கள்லாம் இருபது வயசுல என்ன பண்ணினோம் தெரியுமா? கொடிய புடிச்சுட்டு "வந்தே மாதரம்"னு ஊர்வலம் போனோம். வெள்ளைக் காரன் நாயடி அடிப்பான். மொத்தம் நாலு வருஷம் ஜெயில்ல இருந்துருக்கேன். எல்லா கஷ்டத்தையும் தாங்கிகிட்டோம். எதுக்காக? நாட்டுக்காக. உங்கள எல்லாம் நாங்க நாட்டுக்காக கஷ்டப்படச் சொல்லல. உங்க பர்சனல் லைஃபுல ஏற்படற கஷ்டங்களைக் கூடத் தாங்கிக்க முடியலன்னா எப்படின்னு கேக்குறேன்..." என்று தாத்தா தொடர்ந்து பேச... அவருடைய முகத்தைப் பார்க்கும் திறனின்றி அனைவரும் தலையைக் குனிந்துகொண்டனர். எனக்குள் இப்போது நல்ல தெளிவு.

தினமணிக்கதிர்
*28.9.14*

# 10 நட்புக்கல்வெட்டு

திருச்சி ஜங்‌ஷனைத் தாண்டியதும், ராக்போர்ட் எக்ஸ்பிரஸ் வேகம் பிடித்தது. நாளைக்கு, சென்னையில் சிநேகா டீச்சரைப் பார்க்கப் போகிறோம் என்ற நினைப்பு அடி மனதில் இருந்த நினைவுகளை அலை அலையாக எழுப்பியது. முதன் முறையாக சிநேகா டீச்சரை சந்தித்த நாள் நினைவுக்கு வந்தது.

சரியாக ஏழு வருடங்களுக்கு முன்பு, ஒரு ஜூலை மாதத்து காலையில் டீச்சரை சந்தித்தேன். அப்போது, நான் கண்ணமங்கலம் என்ற கிராமத்தில் உள்ள கிறிஸ்டியன் ஹையர் செகண்டரி ஸ்கூலில் ஹாஸ்டலில் தங்கிப் படித்துக் கொண்டிருந்தேன். அப்போது நான் ப்ளஸ் டூ. டிரான்ஸ்பராகி சென்றுவிட்ட கெமிஸ்ட்ரி டீச்சருக்குப் பதிலாக வந்தவர்தான் சிநேகா டீச்சர்.

திடீரென்று வகுப்பில் ஒரு மின்னல் நுழைந்தது போல் வகுப்பறையினுள் வந்தார். ஒரு வினாடி நான் அசந்துவிட்டேன். கனவில் நிற்பது போல் அனைவரும் பிரமிப்புடன் எழுந்து நின்றோம். அப்படி ஒரு அழகு.

அன்று எங்கள் பள்ளியில் பாரதி விழா. அந்த நாள்தான் எனக்கும், சிநேகா டீச்சருக்கும் நட்பு அரும்பிய நாள். விழாவில், பாரதியாக நடித்தேன். மாணவர்களுக்கு மேக்கப் செய்ய அழைக்கப்பட்டிருந்தார் சிநேகா டீச்சர். மேக்கப் ரூமில், எங்கள் தமிழ் ஐயாவும், சிநேகா டீச்சரும் பம்பரமாய் சுற்றிக் கொண்டிருந்தார்கள். தமிழ் ஐயா தலைப்பாகையை எடுத்துக் கொண்டு என்னருகில் வந்தார்.

''எதுக்கு ஐயா இது?'' என்றேன் நான்.

''சரியாப்போச்சு. நீநடிக்கிறது பாரதி வேஷண்டா. தலைப்பாகை இல்லேன்னா உன்னை பாரதின்னே நினைக்கமாட்டாங்க'' என்றார்.

''ஐயா இது அவரோட குடும்ப வாழ்க்கையைப் பற்றிய நாடகம். எல்லா சீனும் வீட்டுக்குள்ளே மனைவிகூட, நண்பர்கள் கூட பேசற மாதிரித்தான். வீட்டுல கூட பாரதி தலைப்பாகையோட தான் இருப்பாரா என்ன?'' என்றேன் நான்.

''எனக்கு நீ ஒண்ணும் சொல்ல வேண்டியதில்லை. தலைப்பாகை இல்லாம பாரதி இல்லை. சொன்னதைச் செய்'' என்று கத்தினார் தமிழ் ஐயா.

''என்ன ஐயா இது. சிச்சுவேஷனுக்குப் பொருத்தம் இல்லாம...'' என்று நான் பேசிக் கொண்டிருக்கையில், இவ்வளவையும் கேட்டுக் கொண்டிருந்த சினேகா டீச்சர் அருகில் வந்தார்.

''என்ன சந்துரு? இந்த நேரத்துல வாதம் பண்ணிக்கிட்டு?''

''இல்ல டீச்சர்...'' என்று நான் இழுக்க... ''சந்துரு... எனக்குப் புரியுது. ஆனா, விவாதம் செய்ய இது நேரமில்ல...'' என்று கூறி,

என் தலையில் தலைப்பாகையை வைக்க, நான் அமைதியாக இருந்தேன். என் கருத்தை அங்கீகரிக்கும் ஒருவருடன் பேசியது எனக்குச் சந்தோஷமாக இருந்தது.

அதே வாரத்தின் ஞாயிற்றுக்கிழமை. நான் ஓடைக்கருகில் உள்ள மரத்தடியில் அமர்ந்து படித்துக் கொண்டிருந்தேன். சாயங்காலம் ஐந்து மணி போல இருக்கும். ஓடையில் யாரோ நடக்கும் சத்தம் கேட்டு நிமிர்ந்து பார்த்தேன். சினேகா டீச்சர் வந்து கொண்டிருந்தார். பார்த்தவுடன் சிரித்துக்கொண்டே எழுந்து நின்றேன்.

''சாரி... படிக்கறப்ப டிஸ்டர்ப் பண்ணிட்டேனா?'' என்றார் டீச்சர்.

''சே... சே... எப்போதும் படிக்கறதுதானே?''

''அப்புறம்... உன் மன்த்லி டெஸ்ட் மார்க்ஸ் எல்லாம் பார்த்தேன். மத்த பேப்பர்ல எல்லாம் நூத்தியெண்பது நூத்தி தொண்ணூறுன்னு வாங்கியிருக்க. என் பேப்பர்ல மட்டும் நூத்தி அறுபத்திரெண்டு தான் வாங்கியிருக்க. நான் நடத்துறது புரியலையா?''

''அப்படியெல்லாம் ஒண்ணும் இல்ல டீச்சர். ஆர்கானிக் கெமிஸ்ட்ரி கொஞ்சம் கஷ்டமாயிருக்கு.''

''சாயங்காலம் வீட்டுல நான் ப்ரீயாதான் இருக்கேன். டெய்லி வா. நான் சொல்லிக் கொடுக்கிறேன்.''

''தேங்க்யூ டீச்சர். அடுத்த வாரத்துலே இருந்து வரேன்.''

''அப்புறம் சந்துரு, ஸ்டூடன்செல்லாம் என்னைப் பத்தி என்ன பேசிக்கிறாங்க. ஒண்ணும் நல்லதா பேசிக்கிறதா தெரியல...''

நான் திடுக்கிட்டு நிமிர்ந்தேன். ''உங்களுக்கு...'' என்று இழுத்தேன். ''தெரியும். என் காதாலேயே நிறைய தடவை கேட்டுட்டேன். ஏன் அப்படி?'' என்றார் டீச்சர்.

''அது ஒண்ணும் இல்ல டீச்சர். பொதுவா இந்த ஸ்கூலுக்கு எந்த லேடி டீச்சர் வந்தாலும், சிஸ்டர்ஸ் நடத்துற மடத்துலதான் தங்கியிருப்பாங்க. நீங்க கொஞ்ச நாள் அங்க தங்கியிருந்துட்டு, பிறகு தனியா வீடு பார்த்து வந்துட்டீங்க. இங்க வேலை செய்யற டீச்சர், ஸ்டூடண்ட்ஸ் எல்லாரும் கிராமத்துலேயிருந்து வந்த வங்க. அதனால ஜென்ட்செல்லாம் ஒரு மாதிரி பேசிக்கிறாங்க.''

8

''ஒரு பொண்ணு வெளியே தங்கியிருக்கிறது அவ்வளவு பெரிய தப்பா சந்துரு. பாதர்கூட என்னைக் கூப்பிட்டு விசாரிச்சாரு.''

''நீங்க மெட்ராஸ்ல இருந்து வந்தவங்க. இது கிராமம். அடுத்த வங்க வாழ்க்கைல சுலபமா தலையிடுறது இவங்களோட இயல்பு. அதுவும் பொண்ணுன்னா கேட்கவே வேண்டாம்'' என்றேன் கோபத்துடன். டீச்சர் என்னை ஆச்சரியத்துடன் பார்த்தார்.

''பரவாயில்லையே. பெண்களுக்காக இவ்வளவு பரிஞ்சு பேசற. உன்னை மாதிரியே எல்லா ஆம்பிளைகளும் இருந்துட்டா, ஒரு பிரச்சனையும் இல்ல. எழுந்திரு நேரமாயிடுச்சி'' என்றார் டீச்சர். இருவரும் ஹாஸ்டலை நோக்கி நடந்தோம்.

''உங்க அப்பா என்ன பண்றாரு?'' என்றார் டீச்சர்.

''டீ. ஈ.ஓ. ஆபிஸ்ல சீனியர் அசிஸ்டெண்டா இருக்காரு.''

''நம்ப டிபார்ட்மென்ட்தான்... அப்போ பேர் என்ன?''

''ராஜன்'' என்றேன் நான். ஸ்டடி அவர் விசில் அடிக்கும் சத்தம் கேட்டதும், டீச்சரிடம் சொல்லிவிட்டு, வேகமாக ஹாஸ்டலை நோக்கி ஓடினேன்.

அதன் பிறகு, எங்கள் நட்பு வேகமாக வளர ஆரம்பித்தது. தினமும் சாயங்காலம் ஸ்கூல் விட்டவுடன், டீச்சர் வீட்டுக்குச் செல்ல ஆரம்பித்தேன். சிறிது நேரம் ஆர்கானிக் கெமிஸ்டரி... பிறகு பேச்சு... ஏதோ உலகம் கூடிய சீக்கிரம் அழிந்து விடப்போவது போலவும், அதற்குள் எல்லாம் பேசி முடித்துவிட வேண்டும் என்பது போலவும் பேசுவோம். டீச்சருக்கு எல்லாம் தெரிந்திருந்தது. சத்யஜித்ரே சினிமா, ஜெயகாந்தன் நாவல், எமர்ஜென்சி காலத்திய அரசியல் நிலைமை என்று எதைப் பற்றி கேட்டாலும் விரல் நுனியில் பதில் வைத்திருப்பார்.

சில சமயம் வீட்டில் போரடிக்கும்போது, ஓடைக்கும், வயல்வெளிக்கும், பச்சை மலையில் இருக்கும் முருகன் கோயிலுக்கும் சென்று வருவோம். இவை இருந்தது அனைத்தும் ஹாஸ்டலுக்கு பின்பக்கம்தான். அதனால் ஹாஸ்டல் கிரவுண்டை கடந்துதான் போயாக வேண்டும். அப்போது ஹாஸ்டல் வார்டன், மாணவர்கள் எல்லாரும் என்னைப் பொறாமையுடன் பார்ப்பார்கள். நாளாக, நாளாக எங்கள் நட்பு மிகவும் இறுகிப் போனது.

இவ்வளவு பழகியும், டீச்சர் ஒரு அழகான பெண்ணாக இருந்தும், ஒருமுறை கூட எனக்கு டீச்சர் மேல் வேறு எந்தவிதமான எண்ணமும் ஏற்படவில்லை. பால் வேறுபாடு எங்களை உறுத்தவேயில்லை. ஹாஸ்டலே எங்களை வினோதமாய் பார்த்தது. முதுகுக்குப் பின்னால் குசுகுசுவென்று பேசிக் கொண்டது. நாங்கள் அதையெல்லாம் கண்டு கொள்ளவில்லை.

சபிக்கப்பட்ட அந்த சனிக்கிழமை மாலை, நானும், டீச்சரும் பேசிக்கொண்டே வயல் வரப்பில் நடந்து கொண்டிருந்தோம்.

''சந்துரு... நான் ஒரு கஷ்டமான கணக்கு சொல்லப் போறேன். விடை சொல்லு பார்ப்போம்.''

''கணக்கைப் பொறுத்தவரைக்கும் ஐயாவ அடிச்சுக்க முடியாது.''

''பட்... இது உன்னால முடியாது...''

''சொல்லிட்டன்னா...''

''முதல்ல சொல்லு பார்க்கலாம்.''

''சொல்லிட்டன்னா உங்களைத் தூக்கி இந்தக் கிணத்துல போட்டுடுவேன். சரியா?'' என்றேன்.

''சரி. கணக்கை கேளு. ஒரு நம்பர ரெண்டால வகுத்தா மீதி ஒண்ணு வரும். மூணால வகுத்தா மீதி ரெண்டு. நாலால வகுத்தா மீதி மூணு. அஞ்சால வகுத்தா மீதி நாலு. ஆறால வகுத்தா மீதி அஞ்சு. ஆனால் ஏழால அந்த நம்பர் வகுபடும். என்னான்னு சொல்லு பார்க்கலாம். அஞ்சு நிமிஷம் தரேன்.''

''அம்மாடியோவ்'' என்று கூவிவிட்டு வேகமாக மனதினுள் கணக்கைப் போட்டேன். இரண்டே நிமிடத்தில் கணக்கைப் போட்டு முடித்துவிட்டு, ''நூத்தி பத்தொம்பது'' என்று கத்தினேன். டீச்சர் ஆச்சரியத்துடன், ''பரவாயில்லையே நிறைய பேர்கிட்ட சொல்லியிருக்கேன். நீதான் ஆன்சர் சொன்ன. ஓ.கே. நீ சொன்னத செஞ்சுரலாம்'' என்றார் டீச்சர்.

''வேண்டாம் டீச்சர். பரவாயில்லை பொழைச்சு போங்க''

''அதெல்லாம் கிடையாது. பந்தயம்னா பந்தயம்தான். ம்... கம் ஆன்''

உண்மையில் டீச்சர் விளையாட்டாகத்தான் கூறினார். ஆனால், நான் அதை உணராத வயது. வேகமாக அருகில் சென்று, டீச்சர்

இடுப்பில் இடது கையை வைத்து, முழங்காலில் வலது கையைப் போட்டு ஒரேதூக்காகத் தூக்கினேன். "ஏய்... என்ன நீ நெஜமாகவே கிணத்துல போட்டுடுவே போலிருக்கே" என்று கூறிவிட்டு சிரித்துக்கொண்டே கிழே இறங்கினார். சிரித்துக்கொண்டே நிமிர்ந்த நான் அதிர்ந்து போனேன். சற்றுத் தொலைவிலிருந்து ரோட்டில் இருந்து ஹாஸ்டல் வார்டன் முறைத்துப் பார்த்துக் கொண்டிருந்தான். டீச்சர் அவனைப் பார்த்ததும், அங்கிருந்து நகர்ந்துவிட்டான். நான் கலக்கத்துடன் டீச்சரைப் பார்த்தேன்.

"ஏய்... என்ன இப்படி மிரண்டு போய் நிக்கற. நம்ம ரெண்டு பேர் மனசுலயும் எந்தக் களங்கமும் இல்ல. அப்புறம் ஏன் பயப்படறே?" என்றவர் என் கோரை முடியைப் பிடித்து உலுக்கினார்.

அதற்குப் பிறகு சம்பவங்கள் மிகவும் வேகமாக நடந்தன. அன்று இரவு, ஃபாதர் என்னைக் கூப்பிட்டனுப்பினார்.

"உனக்கும், அந்த டீச்சருக்கும் என்ன தொடர்பு?"

இப்படி ஒரு கேள்வியை நான் எதிர்பார்க்கவே இல்லை. "நட்புதான் ஃபாதர்" என்றேன் நான்.

"ஆனால், வார்டன் சொல்றதப் பார்த்தா, அப்படி ஒண்ணும் தெரியலையே. இங்க பாரு.. நீ நல்லா படிக்கிற பையன். நம்ப ஸ்கூல்லேயிருந்து நீதான் மெடிக்கல் காலேஜ் போவேன்னு நினைச்சிக்கிட்டிருக்கோம். வீணா உன் வாழ்க்கையைக் கெடுத்துக்காதே. நாளையிலேர்ந்து அந்த டீச்சர்கிட்ட நீ பழகறதா தெரிஞ்சுது... வீட்டுக்கு சொல்லி அனுப்பிடுவேன். இன்னையோட விட்டுடு" என்றார் ஃபாதர். நான் ஒன்றும் பேச வில்லை.

ஆனால் அதற்குப் பிறகும், என்னால் டீச்சரை சந்திக்காமல் இருக்க முடியவில்லை எப்போதும்போல் போய் வந்து கொண் டிருந்தேன்.

மறு வாரத்தில் என் அப்பா இன்ஸ்பெக்ஷனுக்காக எங்கள் ஸ்கூலிற்கு வந்தார். மூன்று நாள் இன்ஸ்பெக்ஷன் முடிந்து அப்பா ஊருக்குப் புறப்படும் முன்னர், ஃபாதர் அப்பாவுடன் தனியாக நெடுநேரம் பேசிக்கொண்டிருந்தார்.

"அரியலூர் வா கம்னாட்டி" என்று என்னிடம் சொல்லிவிட்டு அப்பா கிளம்பினார்.

அரியலூர் ரயில்வே ஸ்டேஷன். வழக்கம்போல் ஸ்டேஷனில் யாரும் இல்லை. மரத்துக்கடியில் இருந்த ஸ்டோன் பெஞ்சில் நான். எதிரே அப்பா. அப்பா மிகவும் கோபத்தில் இருந்தார். ஒன்றரை மணி நேரம் பேசியும், நான் என் நிலையிலிருந்து மாறாதது அவருக்கு மிகுந்த எரிச்சலை ஏற்படுத்தியிருக்க வேண்டும்.

''இங்க பார்றா. உன் நன்மைக்காகத்தான் சொல்றேன். இந்த வயசு அப்படியாப்பட்ட வயசு. இதத் தாண்டிட்டன்னா பெரிய ஆளாயிடலாம். டீச்சரோட பழகறது நிறுத்து.''

''அப்பா நீங்க நினைக்கிற மாதிரி எல்லாம் எங்களுக்குள் ஒண்ணும் கிடையாது. அத புரிஞ்சுக்குங்க.''

''அப்படின்னா அக்கா மாதிரி பழகறியா?''

எனக்கு எரிச்சலாக வந்தது.

''அப்பா... சகோதரி, காதலி... அந்த மாதிரி ஒரு எல்லைய வச்சிகிட்டு நாங்க பழகல. அதையெல்லாம் தாண்டிய புனிதமான நட்பு இது.''

''புனிதமான நட்புதான் இடுப்புல கை போட்டு தூக்க சொல்லுதோ?''

''அப்பா... உங்களுக்குப் புரியற மாதிரி எப்படி சொல்றதுன்னு புரியலப்பா.''

''போடா. எனக்கு புரிய வேணாம்'' என்று கூறிய அப்பா செருப்பைக் கழற்றி கோபத்துடன் ஓங்கி என் முகத்தில் அறைந்தார். நான் அப்படியே அதிர்ந்துபோய் நின்றேன்.

''முடிவா சொல்றேன் கேட்டுக்கடா. அங்கே போயி ஒழுங்கு மரியாதையா படிக்கணும். அவங்கள பாக்குறத நிறுத்தணும்.''

''அது என்னால முடியாதுப்பா. ஏன்னா எங்களுக்குள்ள எந்த விதமான தவறான உறவும் கிடையாது. இப்ப நீங்க சொல்றதக் கேட்டேன்னா, நீங்க நினைக்கறது சரிங்கிற மாதிரி ஆயிடும். மேலும், இவ்வளவு தூரம் பழகிட்டு எதிர்த்தாப்ல பார்க்குறப்ப முகத்தை திருப்பிக்கிட்டு போக என்னால முடியாது.''

அப்பா சற்று நேரம் என்னையே வெறித்துப் பார்த்தார்.

''அப்பன்னா கண்ணமங்கலத்துல படிக்கறத மறந்துடு. இங்க வந்து கவர்ன்மெண்ட் ஸ்கூல்ல படிச்சு சீரழிஞ்சு போகணும்.''

நானும் பிடிவாதமாய் இருந்தேன்.

"கண்ணமங்கலத்துல படிக்கறதா இருந்தா அவங்கள பார்க்கத் தான் செய்வேன். அதுக்கு நீங்க அனுமதி தரலைன்னா, இங்க கவர்மெண்ட் ஸ்கூல்ல சேர்ந்துடுறேன்."

"உன் தலைவிதி போ. போய் டி.சி. வாங்கிட்டு வா. எக்கேடோ கெட்டு ஒழி" என்றார் அப்பா. டி.சி. வாங்கப் போனபோது, டீச்சரைப் பார்த்து மடியில் படுத்துக்கொண்டு அழுதேன். சமாதானம் சொன்னார் டீச்சர்.

பிறகு, அரியலூர் கவர்ன்மெண்ட் ஸ்கூலில் சேர்ந்தேன். அப்பாவின் வாக்குப்படியே எல்லாம் நடந்தது. எனக்கு இருந்த மன உளைச்சலிலும் ஒழுங்காகப் படிக்கவில்லை. மார்க் குறைவாக வாங்கிய நான், பி.எஸ்.சி.யில் சேர்ந்தேன். எம்.எஸ்.சி. படித்தேன். வேலை கிடைக்காமல் ஊரை சுற்றிக் கொண்டிருந்தேன்.

ரயில் சென்னை எக்மோர் ஸ்டேஷனில் வந்து நின்றது.

மாலை நான்கு மணி இருக்கும். நான் உயரே இருந்த காலிங் பெல்லை அழுத்தினேன். மனது ஒரே படபடப்பாக இருந்தது. கதவு திறக்கப்பட்டது. டீச்சர்தான் கதவைத் திறந்தார்.

நான் டீச்சரையே உற்றுப் பார்த்தேன். உடம்பு சதை போட்டிருந்தது. கண்களின் கீழ் கருவளையங்கள், அடையாளம் தெரியாமல் என் முகத்தையே உற்றுப் பார்த்துக் கொண்டிருந்தார்.

"என்ன டீச்சர்? அடையாளம் தெரியலையா. நான் தான் சந்துரு" என்று சந்தோஷத்துடன் நான் கூவ, டீச்சரும் சந்தோஷத்து டன் கூவினார்.

"சந்துரு... வா வா... அடையாளமே தெரியல. வா. இப்படி உட்காரு."

நான் உட்கார்ந்ததும், என்னையே உற்றுப் பார்த்துக் கொண்டிருந்தவர், பின்னர் கடிகாரத்தைத் திரும்பிப் பார்த்தார்.

"அப்புறம் சந்துரு எப்படி இருக்கே, என்ன பண்றே?"

"ஒண்ணும் சொல்லிக்கிற மாதிரி இல்ல டீச்சர். ப்ளஸ் டூவில் நடந்த அந்த டிராஜடிக்கு அப்புறம் எல்லாம் தோல்விதான். அரியலூர் காலேஜ்ல பி.எஸ்.சி. பண்ணினேன். அப்புறம் திருச்சில எம்.எஸ்.சி பண்ணிட்டு, இப்ப வேலவெட்டி இல்லாம

சுத்திட்டிருக்கேன். இன்னைக்கு கூட ஒரு இன்டர்வியூவுக்குத்தான் மெட்ராஸ் வந்தேன். மூணு மணிக்குத்தான் முடிஞ்சது''

''அப்படியா'' என்று டீச்சர் கடிகாரத்தை பார்த்துக்கொண்டே சுரத்தில்லாமல் கேட்டார்.

''என்ன டீச்சர் கடிகாரத்தையே பார்த்துக்கிட்டு இருக்கீங்க?''

''இல்ல அவர் வர்ற நேரம் ஆயிடுச்சி. அவரு ஆர்தடாக்ஸ் பேமிலி. இந்த மாதிரி வேற ஆம்பிளை கூட பழகுறது எல்லாம் அவருக்குப் பிடிக்காது. அதனாலதான் கல்யாணத்துக்குப் பின்னாடி என்னை வேலைய விட்டே நிறுத்திட்டாரு. அதான் அவரு வர்றதுக்குள்ளே...''

நான் கையை நீட்டித் தடுத்தேன். கண்ணீருடன் வேகமாய் எழுந்து வெளியே வந்தேன். வார்டன், ''பாதர், என் அப்பா, இந்த நட்பின் மீது தூசியை இறைத்திருக்கலாம். ஆனால், இந்த நட்பு கல்வெட்டு போன்றது. அழுக்கு பட்டு கல்வெட்டு அழிவதில்லை.''

★ ★ ★

தினமலர் வாரமலர்
15.5.1994

## 11

# ஸ்வப்னத்தை ஸ்வீகரிச்ச சுந்தரிக்குட்டியே...

**‘ம்’** என்ற ஒற்றை எழுத்திலிருந்தே ஒரு புதிய நட்பு பிறக்கிறது. அவன் என்னிடம் ‘‘நீ தண்ணி அடிப்பியா?’’ என்று கேட்டான். நான் ‘‘ம்...’’ என்றேன். ‘‘ம்’’ என்றால், மனைவிகள் பேசும்போது கணவர்கள் டிவி பார்த்துக்கொண்டே கடனேயென்று ஒரு ‘‘ம்...’’ கொட்டுவார்களே... அந்த ‘‘ம்’’ அல்ல. இன்றைய இளைஞர்களிடம், ‘‘நீ நடிகை ..............-ஐ

(உங்களுக்கு பிடித்த நடிகையின் பெயரை எழுதிக்கொள்ளவும்) திருமணம் செய்துகொள்கிறாயா?'' என்று கேட்டால், அவர்கள் எவ்வளவு வேகமாக, அழுத்தமாக சத்தமாக ''ம்...'' என்று சொல்வார்களோ அந்த ''ம்''.

நான் ''ம்'' சொன்ன ஆண்டு 1992. இடம்: ஆயிரங்கால் மண்டபம். ஊர்: பேரைச் சொன்னாலும் ஊரைச் சொல்லக்கூடாது என்பதால் வேண்டாம். நான் ''ம்...'' என்று சொன்னது எல். எல். சத்யாவிடம்.

சத்யா... எங்கள் கல்லூரியில் பி.ஏ.எகனாமிக்ஸ் மூன்றாம் ஆண்டு படித்துக் கொண்டிருக்கிறான். நானும் அதே கல்லூரி யில் ஃபைனர் இயர்தான் என்றாலும், நான் சயன்ஸ் ஸ்டூடண்ட் என்பதால் சத்யாவிடம் எனக்குப் பெரிய அறிமுகம் இல்லை. இருப்பினும் அருணின் பிரச்னைக்காக சத்யாவை சந்திக்க வேண்டியிருந்தது. என்ன பிரச்னை?

இப்போதெல்லாம் பெண்களுக்கு I L U என்று மூன்றெழுத்தில் எஸ்எம்எஸ் அனுப்பினால், அவர்கள் K என்று ஒற்றை எழுத்தில் ஓகே சொல்லி, நீங்கள் இந்த வாக்கியத்தை படித்து முடிக்கும் நேரத்திற்குள் பொசுக்கென்று காதலித்துவிடுகிறார்கள். ஆனால் அப்போதெல்லாம் அவ்வளவு எளிதில் காதலிக்க முடியாது.

வயசுப் பெண்கள் வெளியே செல்லும்போது, அவர்களை விட்டு, அழைத்து வருவதற்கென்றே எல்லா வீடுகளிலும் அண் ணன்கள் அல்லது தம்பிகளை பெற்று, சோறு போட்டு வளர்த்து வருவார்கள். அவர்கள் உடன் வராத சமயங்களில் ஒரு பெண்ணை சைட்டடித்து, அவர்களை உச்சிமுடியிலிருந்து உள்ளங்கால் வரை வர்ணித்து உருகி உருகி கடிதம் எழுதி, ரத்தக்கையெழுத்துப் போட்டுத் தந்தால்தான் திரும்பியே பார்ப்பார்கள். ஆனால் காதல் கடிதம் எல்லோர்க்கும் எழுத வராது. எனவே நன்றாக எழுதுபவர்களிடம் எழுதி வாங்கிக் கொடுப்பார்கள். அவ்வாறு அன்று தமிழ்நாட்டில் அழகாக காதல் கடிதம் எழுதிக்கொண்டிருந்த ஆயிரத்தி சொச்சம் இளைஞர்களில் ஒருவன் சத்யா.

சத்யா பேருக்கு கடனேயென்று எழுதித் தராமல், காதல் கடிதம் அனுப்பப்படும் பெண்களுக்கு தகுந்தாற்போல் எழுதித் தருவான். உதாரணத்திற்கு பிகாம் கந்தசாமிக்காக டீக்கடை நாயர் பொண்ணுக்கு ''என்ட ஸ்வப்னத்தை ஸ்வீகரிச்ச சுந்தரிக்குட்டியே...'' என்று ஆரம்பித்து எழுதித் தர... முதல்

வரியைப் படித்துவிட்டே அந்தப் பெண் கந்தசாமியிடம், "ஞானும் நிங்கள பிரேமிக்குன்னு..." என்று கூறிவிட... சத்யா எங்கள் கல்லூரியின் ஸ்டாரானான். சத்யநாதன் என்ற அவன் பெயரும் லவ் லெட்டர் சத்யாவாகி, பின்னர் நம்மாட்களின் சோம்பேறித்தனத்தால் எல்.எல்.சத்யாவானது. அந்த எல்.எல்.சத்யா முன்புதான் நானும், அருணும் அமர்ந்திருந்தோம்.

நான் "ம்..." சொன்ன வேகத்தில் சத்யா அசந்துபோய் கார்ப்பரேட் சாமியார்கள் பணக்கார பக்தர்களைப் பார்ப்பது போல் அன்பு, பிரியம், நட்பு, பாசம், நேசம், கருணை, கனிவு... என்று எல்லாம் கலந்த ஒரு பார்வையை என் மீது வீசியபடி, "எதுக்குக் கேட்டன்னா, நான் தண்ணியடிக்காத பசங்க கூட சகவாசம் வச்சுக்கிறதுல்ல..." என்றான்.

"எப்பயாச்சும் பசங்க பார்ட்டின்னா தண்ணி அடிப்பேன். அப்புறம்... நீ எனக்கு ஒரு ஹெல்ப் பண்ணணும்" என்றேன். "யார லவ் பண்ற?" என்று சத்யா நேரிடையாக விஷயத்துக்கு வந்தான். "நான் யாரையும் லவ் பண்ணல. இது என் ஃப்ரண்டு அருண்" என்று அருணை அறிமுகப்படுத்தினேன்.

"சரி... பொண்ணு யாரு?" என்றான் சத்யா அருணிடம்.

"மஹா. என் க்ளாஸ்தான்" என்றான் அருண்.

"ஃபர்ஸ்ட் இயர்ல எல்லாம் வராம, இப்ப என்ன செகண்ட் இயர்ல திடீர்னு லவ்வு?"

"என் எக்ஸாம் பேப்பர் பறந்துபோய் அவ மேல விழுந்துச்சு. அதுலருந்து லவ்வாயிடுச்சுண்ணன்" என்றான் அருண் சீரியஸாக. சத்யா, "உஷ்..." என்றபடி என்னை முறைக்க... நான் ராகவேந்திரர் ரஜினி போல் மந்தகாசப் புன்னகையுடன் தலையாட்டினேன். "சரி...பொண்ணு எப்படி இருக்கும்?" என்றான் சத்யா.

"குஷ்பு மாதிரி இருக்கும்ண்ணன்" என்று அருண் கூறியவுடன் நான் அதிர்ந்தேன். குஷ்புவிற்கு இந்த விஷயம் தெரிந்தால் அருணை செருப்பால் அடிப்பார். மஹா ஒரு துளி கூட குஷ்பு மாதிரி இருக்கமாட்டாள். ஆனாலும் அந்தக் காலத்து காதலர்கள் அனைவருக்குமே, தங்கள் காதலிகள் சிவப்பாக, கொஞ்சம் பூசி னாற் போல் இருந்தால், "என் ஆளு குஷ்பு மாதிரி இருக்கும்" என்று சொல்லும் நோய் இருந்தது.

''வர்ற பசங்க எல்லாம் இதையே சொல்லுங்க. சரி... பொண்ணு ரசனைல்லாம் எப்படி? என்ன மாதிரி புக்ஸ் படிக்கும்? எந்த மாதிரி சினிமா பிடிக்கும்?'' என்றான் சத்யா.

''மஹாவுக்கு மணிரத்னம் படம்ன்னா உயிருண்ணன்''

''அப்பன்னா ரொம்ப கேர்ஃபுல்லா டீல் பண்ணணும். அது கிட்ட நீ ஈன்னு இளிச்சுகிட்டு, ஆர்ப்பாட்டமா பேசக்கூடாது. கிட்னி ட்ரான்ஸ்ப்ளான்ட்டேஷன் ஆபரேஷன் பண்ணப்போற டாக்டர் மாதிரி முகத்த எப்பவும் இறுக்கமா வச்சுக்கணும். அப்புறம் டி. ராஜேந்தர் மாதிரி வழவழன்னு பேசாம நறுக்குன்னு ஒண்ணு, ரெண்டு வார்த்தைல பேச்ச முடிச்சுக்கணும்''

''மஹா எப்ப மணிரத்னம் ஃபேனுன்னு சொன்னாளோ, அன்னைலருந்து அந்த மாதிரிதாண்ணேன் பேசுறேன். ஆனா அதனாலேயே ஒரு பிரச்னையாயிடுச்சு''

''என்ன பிரச்னை?''

''ஒருநாள் தென்னமரத்துக்கு கீழ நின்னு அவகிட்ட பேசிட்டிருந்தேன். அப்ப அவ காலுக்கு பக்கத்துல ஒரு தேளப் பாத்தேன். நான் ஸ்ட்ரெய்ட்டா மேட்டரச் சொல்லாம, ''தள்ளு''ன்னேன். அவ ''ஏன்?''ன்னா. நான் ''தேளு''ன்னேன். அவ ''எங்க?''ன்னா. நான் அவ கிட்டக்க போயி க்ளோஸ்அப்ல, ''கீழ... உன் காலுக்கு பக்கத்துல...''ன்னு சொல்லி முடிக்கிறதுக் குள்ள தேளு அவளைக் கொட்டிடுச்சுண்ணன்'' என்றவுடன் நாங்கள் சத்தமாக சிரித்தோம்.

''சிரிக்காதீங்கண்ணன்... சூப்பரா ஒரு லெட்டர் எழுதித் தாங்கண்ணன்...''

''தர்றேன். மணிரத்னம் ரசிகர்கள விஷுவலாத்தான் அட்ராக்ட் பண்ணணும். நீ லெட்டர்ல எழுதுற வாசகத்தை விட, லொகேஷன்தான் ரொம்ப முக்கியம். நல்ல மழைல... இருட்டான இடமா பாத்து அவகிட்ட லெட்டரக் கொடு.''

''மழை... இருட்டுன்னா பயந்துடமாட்டாளாண்ணன்?''

''மணிரத்னம் ஃபேனுங்க என்னைக்கும் மழைக்கும், இருட்டுக்கும் பயப்படவேமாட்டாங்க'' என்ற சத்யா ஒரு வெள்ளைக் காகிதத்தை எடுத்தான். நான் என் காலில் ஊர்ந்த ஈயை விரட்டிவிட்டு நிமிர்வதற்குள், சத்யா லெட்டரை எழுதி

முடித்துவிட்டு "போதுமா பாரு..." என்றான். நான் வாங்கிப் பார்த்தேன்,

அதில், "நான் உன்னை லவ் பண்றேன்... நீ என்னை லவ் பண்றியா?" என்று மிகச் சுருக்கமாக எழுதியிருந்தது. "என்ன சத்யா இது?" என்றேன். அருணும் கடிதத்தை வாங்கிப் பார்த்துவிட்டு ஏமாற்றத்துடன், "இப்படில்லாம் எழுதினா எப்படிண்ணன் லவ் பண்ணுவா?" என்றான்.

கடிதத்தை வாங்கிப் பார்த்த சத்யா, "ரொம்ப பெருசாப் போயிடுச்சுல்ல. நான் உன்னை லவ் பண்றேன்னாலே, நீயும் என்னை லவ் பண்ணுன்னுதான் அர்த்தம். அப்புறம் எதுக்கு நீ என்னை லவ் பண்றியான்னு கேள்வி?" என்ற சத்யா, "நீ என்னை லவ் பண்றியா?" என்ற வாசகங்களை அடித்துவிட்டான். நான் அதிர்ச்சியுடன், "என்ன சத்யா... இதையும் சுருக்கிட்ட?" என்றேன்.

"வெய்ட்... வெய்ட்..." என்று கடிதத்தைப் பார்த்த சத்யா, "நான் உன்னை" என்ற வாசகங்களையும் அடித்துவிட்டான். இப்போது கடிதத்தில் "லவ் பண்றேன்" என்ற வார்த்தைகள் மட்டுமே இருக்க... அருண் என்னை அழுவது போல் பார்த்தான். "இப்ப லெட்டர் சூப்பரா வந்துருச்சுல்ல?" என்ற சத்யாவை அருண் முறைத்தான்.

"முறைக்காதடா. நான் சொன்ன மாதிரி மழைல போய் அந்தப் பொண்ணுகிட்ட கொடு. அவ மட்டும் உன்னை லவ் பண்ண லன்னா ஏன்டா நாயேன்னு கேளு" என்றான் சத்யா.

சத்யா சொன்னது போல் ஒரு மழைநாளில் கல்லூரி வராண்டாவில் அருண் அந்த இரண்டு வார்த்தை லவ் லெட்டரை(?) மஹாவிடம் கொடுத்தான். அவள் லெட்டரை விட சுருக்கமாக ஒரே வார்த்தையில், "நானும்..." என்று கூறிவிட்டு மழையில் இறங்கி ஓடிப்போனாள்.

அன்று முதல் சத்யாவுடனான எனது நட்பு பலப்பட்டது. எந்நேரமும் சத்யாவுடன் ஆயிரங்கால் மண்டபத்திலேயே இருந்தேன். தினமும் இரண்டு பேராவது லவ் லெட்டர் கோரிக்கையோடு வருவார்கள். அவ்வளவு பேருக்கும் சத்யா உதவி செய்தாலும், அவனுக்குக் காதலில் நம்பிக்கை கிடையாது. ஆண்களின் நேரத்தை வீணாக்குவதற்கென்றே பிறந்தவர்கள் பெண்கள் என்ற கருத்தில் சத்யா ஆழ்ந்த நம்பிக்கை உடையவன்.

அன்று நான் சென்றபோது ஏகப்பட்ட பையன்கள் சத்யா முன் அமர்ந்திருந்தனர். எதிரே வேட்டி கட்டிக்கொண்டு பணிவாக அமர்ந்திருந்த விளாக்குடி வீராச்சாமியிடம், "பொண்ணு யாரு?" என்றான் சத்யா.

"பாம்பே வாணிண்ணேன்... அவங்கம்மாப்பா வெளிநாடு போய்ட்டாங்கன்னு பாம்பேலருந்து நம்மூருக்கு வந்து, பாட்டி வீட்டுல தங்கிப் படிக்குது."

"உனக்கு எப்படி அது மேல லவ்வாச்சு?"

"போனவாரம் அவ பென்சில் கீழ விழுந்துடுச்சு. எடுத்துக் கொடுத்தேன். அப்ப சுண்டுவிரல் நகம் டச் பண்ணிடுச்சு. அதுலருந்து லவ்வாயிடுச்சுண்ணன்" என்று கூற... அவனை வெறுப்பாகப் பார்த்த சத்யா, "சரி... பொண்ணு எப்படி இருக்கும்?" என்றான்.

"அப்படியே அச்சு அசலா குஷ்பு மாதிரியே இருக்கும்ண்ணன்?" என்றவுடன் சத்யா கொஞ்சமும் எதிர்பாராமல் வீராச்சாமியின் தலையில் ஓங்கி மடேரென்று அடித்தான். அப்படியே சாய்ந்து தரையில் உருண்ட வீராச்சாமி எழுந்து வேட்டியைக் கட்டிக் கொண்டு, "ஏண்ணன் அடிக்கிறீங்க?" என்றான்.

"நான் ஒரு தடவை அவளப் பாத்திருக்கேன். அவ குஷ்பு மாதிரியாடா இருக்கா?" என்றான் சத்யா மிகவும் கோபமாக.

"இல்லண்ணன்... சிவப்பா, கொஞ்சம் குண்டா..."

"செருப்பால அடிப்பேன். சிவப்பா, கொஞ்சம் குண்டா இருந்தா அவங்கள்லாம் குஷ்பாடா?" என்ற சத்யா அனைத்துப் பசங்களையும் பார்த்து, "டேய்... இப்ப சொல்றேன் கேட்டுக்குங்க. இனிமே எவனாச்சும் என் ஆளு குஷ்பு மாதிரி இருக்கும்ன்னு சொன்னீங்க... கொன்னேபுடுவேன். கொஞ்சமாச்சும் மனசாட்சி யோட சொல்லுங்கடா..." என்றான்.

"ஸாரிண்ணன்..." என்றான் வீராச்சாமி. இப்போது சற்று கோபம் தணிந்த சத்யா, "ஏன்டா... அது பாம்பே பொண்ணு. அது உன்னை கல்யாணம் கட்டிகிட்டு விளாக்குடிக்கு வந்து பானிபூரியும், பேல்பூரியும் கேட்டா என்னடா பண்ணுவ?" என்றான்.

''அதுக்கென்னண்ணன் பண்றது? பாம்பேப் பொண்ணு... ஹிந்தி பாட்டுதானே கேக்கும்'' என்று வீராச்சாமி கூறியவுடன் ஆத்திரத்தின் உச்சிக்கேச் சென்ற சத்யா, ''அய்யோ... ஏன்டா இப்படி என்னைக் கொல்ற... பேல்பூரியும், பானிபூரியும் ஹிந்திப் பாட்டில்லடா. திங்கிற ஐட்டம்டா. அறிவு கெட்ட முண்டம். முதல்ல இங்கருந்து ஓடுறா...'' என்று வீராச்சாமியை எட்டி உதைத்தபோதுதான் நான் தூரத்தில் செல்வம் வருவதைப் பார்த்தேன்.

சற்றே திகிலுடன், ''டேய்... செல்வம்டா'' என்றேன். செல்வம்... எங்கள் ஊரின் பிரபல ரவுடி கம் கள்ளச்சாராய ஹோல்சேல் வியாபாரியான முருகேசனின் அடியாள்.

''இவன் ஏன்டா இங்க வர்றான்?''

''தெரியலையே...'' என்று நான் கூறிக்கொண்டிருக்கும்போதே எங்களை நெருங்கிய செல்வம், ''கிளம்புங்க... முருகேசண்ணன் உங்களை அழைச்சுட்டு வரச்சொன்னாரு'' என்றான்.

''என்னண்ணன் விஷயம்? நாங்க எதாச்சும் தப்பு, கிப்பு...''

''அதெல்லாம் தெரியாது. அண்ணன் உங்கள ஆஃபிஸ்க்கு அழைச்சுட்டு வரச்சொன்னாரு''

செல்வம் ஆஃபிஸ் என்று குறிப்பிட்டது, எங்கள் ஊருக்கு வெளியே இருந்த மாந்தோப்பை. நாங்கள் சென்றபோது ஆஃபீஸ் பரபரப்பாக இயங்கிக்கொண்டிருந்தது. முருகேசன் லுங்கி, சிவப்பு பனியனுடன் தன் ஸ்டாஃப்கள் வேலை செய்வதைப் பார்த்துக் கொண்டிருந்தான். ஸ்டாஃப்கள் பஸ், லாரி டயர் ட்யூப்களில் சாராயத்தை ஊற்றி, ட்யூபின் மேல் சாக்குத் துணியைக் கட்டி, அதன் மேல் வைக்கோலைச் சுற்றிக்கொண்டிருந்தார்கள். சுற்றுவட்டாரம் அனைத்து கிராமங்களுக்கும் அண்ணன்தான் கள்ளச்சாராயம் சப்ளை

நாங்கள் பீதியுடன் முருகேசனை நெருங்க... ''இதுல சத்யா...'' என்று முருகேசன் என்னை நோக்கி கையை நீட்ட... நான் வேகமாக, ''நான் இல்லங்க...'' என்று என் நட்பின் ஆழத்தை வெளிப்படுத்தினேன். ''நீங்கதான் சத்யாவா தம்பி...'' என்று சத்யாவைப் பார்த்த முருகேசன் நாங்கள் சற்றும் எதிர்பாராதவிதமாக, மடித்துக்கட்டியிருந்த லுங்கியை இறக்கிவிட்டுக்கொண்டான்.

''நியாயமா பாத்தா நானே உங்கள நேர்ல வந்து பாத்துருக்கணும். நடுவுல பிசினஸ விட்டுட்டு வரமுடியல'' என்ற முருகேசன் செல்வத்தைப் பார்த்து, ''கைகாட்டி கணேசனுக்கு இருபது ட்யூப் அனுப்பிடு. வாலாஜா வடிவேலுக்கு 10 அனுப்பிடு. அப்புறம் இன்ஸ்பெக்டர் வந்திருந்தாரு. இந்த மாசம் ரெண்டு கேஸ் கொடுக்கணுமாம்? நீ போறியா?''

''நான் போன மாசந்தாண்ணன் போய்ட்டு வந்தேன்''

''அப்ப வினாயகத்த அனுப்பிடு'' என்றவன் எங்களைப் பார்த்து, ''நீங்க வாங்க தம்பி...'' என்று மரத்தடியை நோக்கி அழைத்துச் சென்றார். அங்கு தயாராக இருந்த நாற்காலிகளில் எங்களை அமரச் சொன்ன முருகேசன், ''அப்புறம் தம்பி... நீங்க பெரிய புலவர்ன்னு கேள்விப்பட்டேன்'' என்று சத்யாவைப் பார்த்து கேட்க... சத்யா என்னைக் கேள்வியுடன் பார்த்தான்.

''புலவர்ல்லாம் இல்லீங்களே... காலேஜ்ல படிச்சுகிட்டிருக்கேன்''

''இந்த புலவர்ங்களே இப்படித்தான். தன்னடக்கம் ஜாஸ்தி''

''சத்தியமா நான் புலவர்ல்லாம் இல்லண்ணன்.''

''அட.... நீங்கதானே மண்டபத்துல உக்காந்து பசங்களுக்கு பாட்டெல்லாம் எழுதிக் கொடுக்கிறீங்க?''

''அது பாட்டில்லண்ணன்... லவ் லெட்டர்''

''நான் பாட்டக் கண்டனா? லெட்டரக் கண்டனா? நீங்க லெட்டர் எழுதிக் கொடுக்கிற பொண்ணுங்க எல்லாம் பூ மாதிரி வந்து மடில விழுதாமே...''

''ஹி... ஹி... ஆமாம்ண்ணன்...''

''நமக்கு ஒரு வேலை செய்யணுமே.... சரசுன்னு ஒரு பொண்ணு. நம்ம ரீடெய்ல் மெர்ச்சென்ட். நம்மூரு மேலக்குடி ஆலமரத்தடிக்கு பின்னாடி உக்காந்து விக்கும்''

''என்னது... வடையாண்ணேன்?'' என்ற என்னை முருகேசன் முறைத்தப் பார்வையில் எனக்கு மூச்சா முனைக்கு வந்துவிட்டது. சேரை இழுத்து சத்யாவுக்கு அருகில் போட்டு அவனை ஒட்டினாற் போல் அமர்ந்துகொண்டேன்.

''சாராயம் விக்கும். அது மேல நமக்கு ஒரு லவ்வு. நானும் ஜாடை மாடையா சொல்லிப் பாத்தேன். வழிக்கு வர மாதிரித் தெரியல. ராத்திரி சரக்கப் போட்டுகிட்டு நிலாவப் பாத்தா நிலாக்குள்ள நின்னுகிட்டு சரசு ஜெகஜ்ஜோதியா சிரிச்சுகிட்டே, ''என்னைக் கல்யாணம் பண்ணிக்கோ மாமா''ன்னு ஒரே அடம். அதனால ஒரே லெட்டர்ல அவ வந்து என் காலடில விழற மாதிரி ஒரு லெட்டர் எழுதித் தரணும்''

''எழுதிடலாம்ண்ணன். அவங்க அழக வர்ணிச்சு எழுதுற வங்களத்தான் பொண்ணுங்களுக்கு பிடிக்கும். அதனால அவங்க அழகப் பத்தி கொஞ்சம் சொன்னீங்கன்னா எனக்கு லெட்டர் எழுத வசதியா இருக்கும்''

''சொல்லிட்டாப் போவுது...'' என்று சில வினாடிகள் வானத்தை நோக்கிய முருகேசன், ''சரசு அப்படியே குஷ்பு மாதிரியே இருக்கும்'' என்று கூறியவுடன் சத்யா பொளேரென்று என் கன்னத்தில் ஓங்கி அறைந்தான்.

''ஏன் புலவர்ரே அவன அடிக்கிறீங்க''

''தள்ளி உக்காரவேண்டியதுதானே. மேல இடிச்சுகிட்டு உக்காந்திருக்கான். நீங்க சொல்லுங்கண்ணன்'' என்று சத்யா கூறிக்கொண்டிருக்கும்போதே அங்கு வந்த செல்வம், ''சரக்கெல்லாம் அனுப்பியாச்சுண்ணன்'' என்று கூறிவிட்டு என் பின்னால் நின்றுகொண்டான்.

''உடம்பு கொஞ்சம் பூசுன மாதிரி இருக்கும். ஆனா சரச சிவப்புன்னு சொல்லமுடியாது. அது ஒரு கலர்'' என்று முருகேசன் கூற... செல்வம் குறுக்கே புகுந்து, ''எலுமிச்சம்பழம் கலர்ண்ணன்...'' என்றான். முருகேசன் லேசாக செல்வத்தை முறைத்தான்.

''எலுமிச்சம்பழம் கலர்ன்னு சொல்லமுடியாது. வேணும்ன்னா இப்படி சொல்லலாம். எலுமிச்சம்பழத்தையும், மாம்பழத்தையும் நறுக்கிப்போட்டு, அதுல தங்க வளையல உருக்கி ஊத்தி, அதுல மஞ்ச சாமந்திப்பூவை அரைச்சு ஊத்தி, அதுல சாராயத்த ஊத்தி பத்த வச்சா, அது திகுதிகுன்னு எரியறப்ப ஒரு கலர் வரும்ல்ல... அந்த கலர்'' என்று முருகேசன் சொல்ல... சொல்ல... எனக்கு லேசாக தலை சுற்றியது.

''சூப்பர்ண்ணன். அதே கலர்தாண்ணேன்'' என்ற கூறிய செல்வத்தை முருகேசன் இப்போது எரிப்பது போல் பார்த்தான். ''உங்களுக்கு புரியுதா புலவரே?'' என்றான் முருகேசன் சத்யாவிடம்.

''குஷ்பு மேல சத்தியமா புரியலண்ணேன்'' என்றான் சத்யா அழுவது போல.

''அப்ப ஒண்ணு பண்ணுங்க புலவரே... நீங்களே ஃபீல்டு விஸிட் போய்ட்டு வந்துடுங்களேன்.''

''ஃபீல்டு விஸிட்டா?''

''நீங்களே ஒரு தடவைப் போய் சரக்கு சாப்பிடற மாதிரி சரசப் பாத்துட்டு வந்துடுங்க'' என்றவுடன் நான் நாக்கைத் தொங்கப் போட்டுக்கொண்டு, ''சரிண்ணன்...'' என்று கூற... சத்யா என்னை முறைத்தபடி, ''அதெல்லாம் வேண்டாம்ன்னேன்'' என்றான்.

''இல்ல புலவரே... நீங்களே நேர்ல போய் பாத்துட்டு லெட்டர் எழுதித்தாங்க. எனக்கு அவ அழகப் பத்தி சரியா சொல்ல வரல''

''நான் சொல்றண்ணன்'' என்று செல்வம் கூற... முருகேசன் ஆத்திரத்துடன் செல்வத்தின் சட்டையைப் பிடித்திழுத்து ''நாளைலருந்து சரசு கடைக்கு நீ போய் சாராயம் கொடுக்க வேண்டாம்'' என்று கூற செல்வத்தின் முகம் வாடியது.

மேலக்குடி ஆலமரத்தடிக்குப் பின்னால் நான்கைந்து பிளாஸ்டிக் கேன்களை வைத்துக்கொண்டு, சேலையை முழங்கால் வரை மடித்துக்கொண்டு உட்கார்ந்திருந்த சரசைப் பார்த்தவுடன் அசந்து போனோம். முருகேசண்ணன் சொன்னது போல் நல்ல அழகு. அசத்தலான நிறம். உடல் மெதுமெதுவென்று, வழவழவென்று, பளபளவென்று, தளதளவென்று இருந்தது. மாராப்பு சேலை காற்றில் விலக... மற்ற பெண்கள் தங்கள் ஜாக்கெட்டின் மூன்றாம் கொக்கியை வைத்திருக்கும் இடத்தில் சரசு முதல் கொக்கியை வைத்திருந்தாள். வயது இருபதைத் தாண்டியிருக்காது.

''வாங்க கண்ணுகளா... சின்னப் பசங்களா இருக்கீங்க. இதுக்கு முன்னாடி சாராயம் சாப்பிட்டுருக்கீங்களா?''

''இல்லங்க...''

9

"அப்ப சின்ன டம்ளர் சாப்பிடுங்க. ஒரு டம்ளர் ரெண்டு ரூபா" என்று இரண்டு சிறிய பிளாஸ்டிக் டம்ளர்களை நீட்டினாள். அதில் சாராயம் தூய வெள்ளை நிறத்தில், எங்கள் முனிசிபாலிட்டி விடும் குடிநீரை விடச் சுத்தமாக இருந்தது. குடிநீரை விட சாராயம் சுத்தமாக கிடைக்கும் ஊரில் வாழ்வது குறித்து எனக்கு மிகவும் பெருமையாக(?) இருந்தது.

"ஏங்க... இதுக்கு மிக்ஸ் பண்றதுக்கு சோடா... கலரு..." என்று சத்யா கேட்டவுடன் சரசு குலுங்க குலுங்க சிரித்தபோது எனக்கு அந்த மேலக்குடியே குலுங்குவது போல் இருந்தது.

"இத அப்படியேதான் குடிக்கணும். எதும் கலக்கவேணாம். தொட்டுக்கறதுக்கு வறுத்த மீனு, ஊறுகாய், கருவாடு இருக்கு..." என்று ஒரு தட்டை எடுத்து நீட்டினாள். நாங்கள் வறுத்த மீன்களை கையில் எடுத்துக்கொண்டு ஒரு மடக்கு அருந்தினோம். ரம்மில் எதுவும் கலக்காமல் ராவாக அடிப்பது போல் இருந்தது. நாற்றம் பிடுங்கினாலும், சில நிமிடங்களிலேயே சரசுவின் சாராயம் எங்கள் உடலில் துள்ளிக் குதித்து விளையாட ஆரம்பித்தது. நான் போதையுடன், "புலவரே..." என்று அழைக்க... "சொல்லுங்க நண்பரே..." என்றான் சத்யா கண்கள் செருக.

"நான் இப்ப சொர்க்கத்தோட வாசப்படில இருக்கேன். நீ?" என்றேன்.

"நான் சொர்க்கத்துக்குள்ளேயே நுழைஞ்சுட்டேன். இங்க ரம்பா, மேனகா, ஊர்வசில்லாம் டான்ஸ் ஆடிட்டிருக்காங்க. இன்னொரு டம்ளர் தாங்க..."

அடுத்த டம்ளரில் நானும் சொர்க்கத்தில் நுழைந்துவிட்டேன். "புலவரே... அகாலத்துல செத்துப்போன அழகான பொண்ணுங்க எல்லாம் சொர்க்கத்துலதானே இருப்பாங்க" என்றேன்.

"அதுல என்ன சந்தேகம்?"

"நான் மர்லின் மன்ரோவத் தேடிக் கண்டுபிடிச்சு நீ எப்படி செத்தன்னு கேக்கப்போறேன்" என்று எழுந்தேன்.

"உக்காருடா... எதித்தாப்லயே ஒரு மர்லின் மன்ரோ இருக்கு. மர்லின் மன்ரோவுக்கு சதை போட்டு, தலைமுடியக் கறுப்பாக்கி, புடவைக் கட்டுச்சுன்னா நம்ம சரசு மாதிரிதான் இருக்கும் மாப்ள..." என்றவுடன் சரசு சத்தமாக சிரித்தபடி, "என்னாங்கடா... ரெண்டு டம்ளர்லயே ஏறிடுச்சா?" என்றாள்.

‘‘இப்ப நீங்க எனக்கு ஒரு உண்மையைச் சொல்லணும். ‘‘உங்க கண்ணு ரெண்டும் அப்படியே மின்னுது. உங்க ரெண்டு கண்ணுலயும் நிலாவ வச்சது யாருன்னு நீங்க சொல்லியே ஆகணும்’’ என்று சத்யா கூறியவுடன் சரசு சத்தமாக சிரித்தாள்.

‘‘நீங்க சிரிக்கிறப்ப என் காதுகிட்ட யாரோ சலங்கைய ஆட்டற மாதிரியே இருக்கு’’

‘‘சலங்கைன்னா?’’

‘‘அதை விடுங்க. நீங்க பேசறப்ப யாரோ வீணை வாசிக்கிற மாதிரியே இருக்கு’’

‘‘வீணைன்னா?’’

‘‘வீணைன்னா... வீணைன்ணா...’’ என்ற சத்யா சட்டென்று என்னை அவன் மடியில் சாய்த்து, என் உடலில் வீணை வாசித்துக் காண்பித்தான். சரசு, ‘‘உன் ஃப்ரண்டுக்கு ரொம்ப ஏறிடுச்சு. சீக்கிரம் அழைச்சுட்டுப் போய் சேரு...’’ என்றாள். அப்போது நன்கு போதையிலிருந்த ஒருவன், ‘‘சரசு... ஒரு மீனு கொடு...’’ என்று அவள் கன்னத்தில் கை வைக்க... சரசு அவனை பொளேரென்னு ஒரு அறை அறைந்தாள் பாருங்கள். எனக்கு அடித்த போதையெல் லாம் இறங்கிவிட்டது. அடித்த அடியில் அவன் கீழே விழ.... ‘‘சீ... தள்ளு...’’ என்று அவனை சரசு காலாலேயே ஓங்கி ஒரு உதை விட்டாள்.

இதற்கு மேல் இங்கிருந்தால் ஆபத்து. சத்யா வேறு ஓவராக அவளை வர்ணித்துக் கொண்டிருக்கிறான் என்று எழுந்தேன். நான் சத்யாவை கைத்தாங்கலாக அழைத்துச் செல்ல... சத்யா போதையில் நாக்கு குழற... ‘‘மாப்ள... சரசுவ ஒரு ஜாடைலப் பாத்தா குஷ்பு மாதியே இல்ல?’’ என்று கூற... நான் சத்யாவை பொத்தென்று கீழே போட்டேன்.

மறுநாளே சத்யா முருகேசண்ணனுக்கு லெட்டர் எழுதிக் கொடுத்து விட்டான்.

ஞாயிற்றுக்கிழமை. ஆயிரங்கால் மண்டபம். நானும், சத்யாவும் ஒரு சிகரெட்டைப் பற்றவைத்துக்கொண்டு நிமிர்ந்த போது, தூரத்தில் சரசு எங்களை நோக்கி வேகமாக வந்து கொண்டிருந்தாள். கையில் ஒரு வெள்ளைக் காகிதம்.

நான் திகிலுடன், ''மச்சி... நீதான் எழுதினதுன்னு தெரிஞ்சு போச்சு போல. கைல லெட்டரோட வர்றா... நம்ம செத்தோம்'' என்று நான் சொல்ல... சத்யாவின் முகத்தில் பீதி. எங்களை நெருங்கிய சரசு, ''இதுல யாரு சத்யா?'' என்றாள். நான் வழக்கம் போல் என் நட்பின் ஆழத்தை வெளிப்படுத்தும் விதமாக, ''நான் இல்லங்க'' என்றேன்.

''நீதான் இந்த லெட்டரை எழுதிக்கொடுத்தியா?'' என்றாள் சரசு சத்யாவிடம். ''எந்த லெட்டர்?'' என்றான் சத்யா.

''சும்மா நடிக்காத. செல்வம் எல்லாத்தையும் சொல்லிட்டான்''

''ஸாரிங்க. அது வந்து... முருகேசண்ணன் கட்டாயப்படுத்தி எழுதித் தரச் சொன்னாரு. வேற வழியில்லாம எழுதித் தந்துட்டேன். என்னை மன்னிச்சிடுங்க...''

''சும்மா சொல்லக்கூடாது. என்னமா வர்ணிச்சு எழுதியிருக்க. மேல் கழுத்து மச்சத்தக் கூட விடாம கவனிச்சு எழுதியிருக்க... நல்ல ரசனைக்கார ஆளுய்யா. அன்னைக்கு கூட என்னை நீ நல்லா வர்ணிச்ச.''

''அது சும்மா போதைல சொன்னதுங்க...''

''பரவால்ல. இந்த மாதிரி என்னை ரசிக்கிறவனத்தான் நான் கல்யாணம் பண்ணிக்கணும்ன்னு இருக்கேன்'' என்ற சரசு லேசான வெட்கத்துடன், ''ஐ லவ் யு'' என்றாள். அடுத்த வினாடி, ''ஆத்தாடியோவ்...'' என்று அலறினான் சத்யா.

அன்று ஆயிரங்கால் மண்டபத்திலிருந்து ஓடிய சத்யா பிறகு மண்டபம் பக்கமே செல்வதில்லை. அதன் பிறகு காதல் கடிதம் எழுதித் தருவதையும் சுத்தமாக நிறுத்திவிட்டான்.

★★★

ஆனந்த விகடன்
1.10.2014

12

# ஆண்கள்

எல்லோருக்கும் வணக்கங்க. என் பேரு சின்னத் தம்பி. ஹைஸ்கூல்ல நாலாங்கிளாஸ் படிக்கறேன். நெறய விஷயம் எனக்குப் புரியறதே இல்லீங்க. கவர்மென்ட் ஆஸ்பத்திரி கம்பௌண்டர் மகன் கொடுத்த வெள்ளப் பலூன ஊதிப் பறக்கவிட்டதுக்கு அப்பா ஏன் என்னைச் செருப்பால அடிக்கணும்? பாவாடை, சட்ட போட்டுக்கிட்டு ஸ்கூலுக்கு வந்த பத்தாங்கிளாஸ் பத்மாக்கா, காலாண்டு லீவு முடிஞ்சு ஏன் தாவணி கட்டிக்கிட்டு வரணும்? எல்லாப் பட போஸ்டரையும் பாக்குற மாதிரி ''சத்திரத்தில் ஒரு ராத்திரி''ங்கற மலையாளப் பட போஸ்டர் பாத்துட்டு இருக்கறப்போ சித்தப்பா ஏன் என்னை அடிச்சுத் துரத்தணும்? இப்படித்தாங்க நெறய விஷயம் எனக்கு

சுத்தமாப் புரியறதில்ல. யாருகிட்டயாச்சும் கேட்டா, சிரிச்சுக் கிட்டே துரத்திடறாங்க.

எங்க தெரு முக்குல ஒரு பெரிய ஆலமரம் இருக்குதுங்க. நல்ல நெழலு. கீழ சொமதாங்கிக் கல்லு இருக்கும். ஸ்கூலுக்குப் போற நேரம் போக கோலியாடறது, பம்பரம் ஆடறது, விழுதப் புடிச்சி கிட்டுத் தொங்கறதுன்னு எப்பவும் அங்கதான் இருப்பேன்.

திடீர்னு பக்கத்துத் தெருவுலயிருந்து நாலு பேரு அங்க வந்து ஒக்கார ஆரம்பிச்சாங்க. மணியண்ணன், சங்கரண்ணன், மூர்த்தியண்ணன், வெங்கட்டண்ணன்... இவங்கதான் அந்த நாலு பேரு. இந்த வருஷம்தான் பக்கத்து டவுன் காலேஜ்ல சேந்துருக் காங்க. ரெண்டே வாரத்துல நான் அவங்களுக்கு ரொம்ப தோஸ்தா யிட்டேன். அவங்க வந்தாலே ஒரே ரகளையா இருக்கும்.

வழக்கம்போல அந்த ஞாயிற்றுக்கிழமை, மரத்தடியில் நின்னுக்கிட்டிருந்தேன். சிரிச்சுக்கிட்டே நாலு பேரும் தனித்தனி சைக்கிள்ல வந்தாங்க.

''சின்னத்தம்பி அணை தெறந்துவிட்டுட்டாங்க. பக்கத்து ஊரு வாய்க்கால்ல தண்ணி பிச்சிக்கிட்டு ஓடுது. குளிக்கப் போறோம். வர்றியா?''ன்னாரு மணியண்ணன். கொஞ்சமும் யோசிக்காம, சரின்னு தலையாட்டிட்டு, மணியண்ணன் சைக்கிள் கேரியரில் உட்கார்ந்துகிட்டேன்.

வாய்க்கால்ல தண்ணி வேகமா ஓடிக்கிட்டிருந்தது. பக்கத்து வயல்லருந்து பச்சை நெல் வாசனை மூக்கைத் துளைச்சுது.

''டேய் சின்னத்தம்பி... புதுத்தண்ணி வேகமா ஓடுது. நீ குளிக்க வேண்டாம். ஓரமா ஒக்காந்துக்கோ''னு சொல்லிட்டு, அவங்க டிரஸ்ஸைக் கழட்டுனாங்க. எனக்கு ஆசையா இருந்தாலும், வேகமா ஓடற தண்ணீரைப் பார்க்க பயமா இருந்ததால, பேசாம உட்கார்ந்துட்டேன். நாலு பேரும் ஜட்டியோட மண் சரிவுல இறங்கி, நீரில் மூழ்கினாங்க. ஒருத்தர் மேல ஒருத்தர் தண்ணியை இறைச்சுக்கிட்டு ஒரே சத்தமா இருந்தது. திடீர்னு மூர்த்தியண்ணன், ''மாப்ளே... எதிர்கரைல பாரு. செம கட்ட ஒண்ணு குளிச்சிட்டிருக்கு''ன்னார். மத்த மூணு பேரும் எதிரே பார்த்தாங்க. ''டேய், வேணாண்டா... அதெல்லாம் தப்பு''ன்னார் சங்கரண்ணன்.

"சரியான சாமியார்டா நீ. குளிச்சிட்டு கோயிலுக்குப் போ... யாரோ அருள்வாக்கு சொல்றாங்களாம்''ன்னு மணியண்ணன் ஆர்வமாய் பார்க்க ஆரம்பிச்சாரு. எனக்கு ஒண்ணும் புரியல. நல்லா குளிச்சிட்டிருந்தவங்க, பொம்பள குளிக்கறதப் பார்த்தவுடனே ஏன் அமைதியாயி அங்கேயே பார்க்கணும்?

"சூப்பர் கட்டைடா. தோளப் பாரு... தண்ணில வெயில் பட்டு மின்னுது!''ன்னார் மணியண்ணன். அப்போ ஒரு மீசைக்காரர் அந்தப் பொம்பளகிட்ட பேச வந்தாரு. நாலு பேரும் இந்தப் பக்கம் திரும்பிக்கிட்டாங்க. எதிர்க்கரையில் அவங்க ரெண்டு பேரும் பேசறது காதுல விழுந்தது.

"என்ன புள்ள... நேத்து ராத்திரி வீட்டுக்கு வந்தேன். ஆளக் காணோம்''ன்னாரு மீசைக்காரர்.

"டவுனுக்குப் போனேன்... வர நேரமாயிடுச்சி. இன்னக்கி ராத்திரி வாங்க. ஒரு நாள் இல்லன்னா ராத்திரி ஒங்களுக்குத் தூக்கமே வராதே''ன்னா அந்தப் பொம்பள சிரிச்சிக்கிட்டே. "சரி... வரேன் புள்ள''ன்னு மீசைக்காரர் கிளம்பிட்டார்.

"சாயங்காலம் அரிசி வாங்கணும்... பணத்த இப்பயே தந்துடுறது''ன்னா அவ.

"அப்படிப்போடு. சரி, எப்பக் கொடுத்தா என்ன?''ன்னுட்டு, கரையிலிருந்து அவள் சுருக்குப் பையில் பணத்தை வெச்சுட்டு, "பத்து ரூபா வெச்சுருக்கேன் புள்ள... ராத்திரி பார்க்கலாம்''னு போயிட்டார்.

"என்ன மாப்ள... சரியான கேஸு போலருக்கு''ன்னார் மணியண்ணன். எனக்கு ஒண்ணும் புரியலை. கேட்டுட்டேன்.

"கேஸுன்னா...''

ம்... எங்க காலேஜ் வந்து சேரு. அப்ப சொல்றோம்''னு சிரிச்சார்.

"பத்து ரூபாய்னா செம சீப்பு மாப்ளே... நீங்க பத்து ரூபாதாங்க... நான் பேசி செட் பண்றேன். இங்க வேணாம்... பக்கத்து ஊரு லாட்ஜுக்கு அழைச்சுட்டுப் போயிடலாம்''னார் மணியண்ணன். திரும்பி இன்னொரு தடவை அந்த பொம்பளையைப் பார்த்தாங்க எல்லோரும். அவ முதுகுக்கு சோப்பு போட்டுக்கிட்டிருந்தா. "சரி மாப்ள... டிரை பண்ணு. சட்டை பாக்கெட்ல பத்து

ரூபா வெச்சுருக்கேன். எடுத்துக்கோ''ன்னார் மூர்த்தியண்ணன். மணியண்ணன் கரைக்கு வந்து, மூர்த்தியின் சட்டைப் பையிலிருந்து பத்து ரூபாயை எடுத்து வாயில் கவ்விக்கிட்டு மறுபடியும் வாய்க்கால்ல இறங்கினாரு. நீந்தி எதிர்க்கரைக்குப் போனாரு.

அந்தப் பொம்பள பார்த்துக்கிட்டிருக்கும்போதே அவ சுருக்குப் பையில் பணத்தை வெச்சார். ''யாருப்பா நீ? எதுக்குப் பணம் வெக்குற?''ன்னா அவ.

''அதுக்குத்தான்''னு ஒரு மாதிரியா சிரிச்ச மணியண்ணன், ''இங்க வேணாம்... பக்கத்து ஊருல லாட்ஜ்ல ரூம் போட்டுக்கலாம். மீசைக்காரனை நாளைக்கி ராத்திரி வரச் சொல்லு''ன்னார். அவ்வளவுதான்... அந்தப் பொம்பள ஆத்திரமா கத்த ஆரம்பிச்சுட்டா.

''தூ.. பொறுக்கி நாயே... ஒன் வீட்ல பாம்பு புத்து வைக்க... ஏண்டா, என் புருஷன் மாம்பழக்கடை வெச்சிருக்காரு. விக்காத மாம்பழத்த ராத்திரி வீட்டுக்குக் கொண்டு வருவாரு. அத வாங்க மீசைக்காரர் பணம் வெச்சா, நீ லாட்ஜுக்குக் கூப்பிடறியா?''ன்னு சத்தம் போட்டதும் மணியண்ணன் ஆடிப்புட்டாரு.

''அண்ணே... இங்கே வாங்க... குளிக்கற பொம்பளகிட்ட வந்து கலாட்டா பண்றாங்க இந்தப் பசங்க''னு அவ சத்தம் போட்டுக் கத்தவும், தூரத்தில் வயலில் வேலை செய்துக்கிட்டிருந்த நாலஞ்சு பேர் திபு திபுன்னு தண்ணீரில் குதிச்சு இக்கரைக்கு நீஞ்சி வர... ''மாப்ள... மாட்னோம்னா இன்னக்கி நமக்குச் சங்கு ஊதிருவாங்க.... கௌம்புங்கடா''ன்னு மணியண்ணன் வேகமா சைக்கிளை எடுத்தாரு. நான் மணியண்ணன் சைக்கிள் கேரியரில் எகிறி உட்கார்ந்துட்டேன். நான்கு சைக்கிளும் வேகமாகப் பறந்தன.

ஒரு சனிக்கிழமை மத்தியானம். மூர்த்தியண்ணனும் வெங்கட்டண்ணனும் மட்டும் கல்லுல உட்கார்ந்திருந்தாங்க. நான் ஆலமர விழுதைப் பிடிச்சு ஆடிக்கிட்டே அவங்க பேசறதைக் கேட்டுக்கிட்டிருந்தேன்.

''டைப்ரைட்டிங் இன்ஸ்டிட்யூட்ல ஒரு செம ஃபிகரு சேர்ந்திருக்கு மூர்த்தி... பார்த்தீன்னா இவ்ளோ அழகான பெண்ண பெத்ததுக்கு, அவங்க அம்மா கால்ல விழலாம்னு தோணும். என்னா கலருங்கற...''ன்னார் வெங்கட்டண்ணன். மூர்த்தியண்ணன் ஒண்ணும் சொல்லலை.

''வைரமுத்து பாணில மனசுல கவிதையெல்லாம் தோணுது. பெண்ணே... நீ மட்டும் ஒரு வார்த்தை சொல்லிடு... தி.மு.க. வையும், அ.தி.மு.க.வையும் ஒரே கட்சியாக்கிடுறேன். இந்தியா வையும், பாகிஸ்தானையும் ஒண்ணு சேத்துடறேன்... இப்படிக் கன்னாபின்னான்னு கவிதை வருது மூர்த்தி''ன்ன வெங்கட் டண்ணனை மூர்த்தியண்ணன் மேலும் கீழும் பார்த்தாரு.

''என்னடா...பேயடிச்ச மாதிரி பினாத்திக்கிட்டேயிருக்க?''ன் னார்.

''அப்படி ஒரு ஃபிகரு மாப்ள அது. நீ பார்த்தீன்னா தெரியும். அசந்து போயிருவ.''

''தெரியும்... தெரியும்... பார்த்துருக்கேன். அவ பேரு ராஜி. பி.காம். ஃபைனல் இயர்ல ரெண்டு பேப்பர் அரியர் வெச்சிருக்கா. அண்ணங்காரன் மெட்ராஸ்ல ஒரு சேட்டுக்குக் கணக்கெழுதறான். அவங்க வீட்ல டெய்லி ரெண்டு லிட்டர் பால் வாங்கறாங்க. கணேசன் டெய்லர்கிட்டதான் அவ தாவணிக்கு ஓரமடிக்கிறா''ன்னு மூர்த்தியண்ணன் பேசிக்கிட்டே போக, ''அடப்பாவி... இவ்வளவு விவரம் தெரிஞ்சு வெச்சிருக்கே''ன்னு ஆச்சரியப்பட்டார் வெங்கட் டண்ணன்.

''பின்ன... எங்க தெருவுக்குத்தானே அவ புதுசா குடிவந்துருக்கா. இன்னும் ஏதாச்சும் விவரம் வேணுமா?''

''ஐயோ சாமி... போதுண்டா''ன்னாரு வெங்கட்டண்ணன்.

''நானும் இன்ஸ்டிட்யூட்ல சேரலாம்னு இருக்கேன்''னு மூர்த்தியண்ணன் சொன்னதும், வெங்கட்டண்ணனின் முகம் சட்டுனு மாறிப்போச்சு. ''ஏன்... என்னாச்சு இந்தாளுக்கு?''ன்னு எனக்கு குழப்பமா இருந்துச்சு.

அப்ப மணியண்ணன் கைலியை தூக்கிப் பிடிச்சிட்டு ஓடிவந்தாரு. பின்னாலேயே துரத்திக்கிட்டு வந்த சங்கரண் ணன் மணியண்ணனைத் தவ்விப் புடிச்சு கோபமா ஓங்கி அறைஞ்சாரு. பதிலுக்கு இவரும் திருப்பி அடிக்க, மூர்த்தியண்ணன் இருவரையும் பிரிச்சுவிட்டாரு.

''டேய்... ஏங்கடா அடிச்சுக்கறீங்க?''

''மணி, புத்தியைக் காட்டிட்டான் மூர்த்தி. நான் தெரு முக்குல இருந்து எங்க வீட்டுக்கு வந்துக்கிட்டிருந்தேன். இவன் எங்க வீட்டு

ஜன்னல் வழியா எட்டிப் பாத்துக்கிட்டிருந்தான். என்னடான்னு கிட்டபோய்ப் பாத்தா உள்ள என் தங்கச்சி மல்லாக்கப் படுத்துத் தூங்கிக்கிட்டிருக்குன்னு'' சொல்லும்போதே சங்கரண்ணனுக்கு அழுகை வந்துட்டுது.

''டேய் இல்லடா... இவன் இருக்கானான்னுதான் பார்த்தேன்.''

''அதுக்கு சத்தம் கொடுக்காம அஞ்சு நிமிஷமா வெறிச்சுப் பார்க்கணுமா?''

மணியண்ணன் பதில் சொல்லாமல் தலையைக் குனிஞ்சுக் கிட்டார்.

''ஏண்டா... நம்ம நாலு பேருக்கும் அக்கா, தங்கச்சி இருக்கு. யாராச்சும் என்னக்காச்சும் தப்பா ஒரு பார்வை பாத்திருப்பமா? தூ... நீல்லாம் என் ஃபிரெண்டுன்னு சொல்லிக்கவே வெக்கமா இருக்கு. இனிமே எங்ககூட சேராதே... போ இங்கேருந்துன்னு'' மூர்த்தியண்ணன், மணியண்ணனின் தோளைப் பிடிச்சுத் தள்ளி னார்.

மணியண்ணன் போயிட்டாரு. அதறகப்புறம் அவரை அங்க பார்க்க முடியலை. சங்கரண்ணனும் மரத்தடிக்கு வர்றதை நிறுத்திட்டார். எனக்கு யோசிக்கும் போதெல்லாம் தங்கச்சி தூங்கினதைப் பார்த்ததுக்குப் போய் சங்கரண்ணன் ஏன் கோபப்படணும்னுதான் எனக்கு குழப்பமா இருந்துச்சி. இது நடந்த கொஞ்ச நாளைக்குள் வெங்கட்டண்ணனுக்கும் மூர்த்தியண்ணனுக்கும் சண்டை வந்துட்டுது.

காலையில் நான் கோலி விளையாடிக்கிட்டே அவங்க பேசுறதைக் கவனிச்சேன்.

''மூர்த்தி... நேத்து நீ ராஜிக்கு லவ் லெட்டர் குடுத்தியா?''ன்னார் வெங்கட்டண்ணன்.

''ஆமாம்... அதுக்கென்ன.''

''நான் ராஜிக்கு லைன் போட்டுக்கிட்டிருக்கேன்னு ஒனக்குத் தெரியும்ல... நீ ஏன் க்ராஸ் பண்றே?''னு கோபமா கேட்டார் மூர்த்தியண்ணன்.

''ஏன், நீ லைன் போட்டா நான் க்ராஸ் பண்ணக் கூடாதா? அவ ஒன்ன லவ் பண்றான்னா சொல்லு... நான் கழட்டிக்கிறேன்.''

''உள்ள இருக்கும். சொல்ல மாட்டேங்குது...''

''இந்தக் கதையே வாணாம் மச்சி. ரெண்டு பேரும் டிரை பண்ணுவோம். யாருக்கு லக்கி பிரைஸ் அடிக்குதுன்னு பாக்க லாம்.''

''அப்படிங்கற... பாத்துக்கலாண்டா''ன்னு கோபமா கத்திட்டு வெங்கட்டண்ணன் வேகமா போயிட்டார். அதுக்குப் பிறகு அந்த ரெண்டு பேரும்கூட அங்க வர்றதில்லை. நாலு பேரும் வராமல் வெறுமையா அந்த சொமதாங்கிக்கல் நின்னுக்கிட்டிருக்கிறதைப் பார்க்கப் பார்க்க எனக்கு ரொம்பவும் கஷ்டமா இருந்தது. ஆனா, அவங்க ஏன் சண்டை போட்டுக்கிட்டாங்கன்னுதான் புரியலை.

மளிகைக் கடை அண்ணாச்சிக்கிட்டே எல்லாத்தையும் சொன்னேன்.

''இந்தப் பதினெட்டு வயசு இருக்கே தம்பி... பொல்லாத வயசு. அப்ப பொம்பளதான் ஒலகம்னு தோணும். பாரு, எவ்வளவு உசுருக்குசுராப் பழகிட்டு கடைசில பொம்பளைக்காக அடிச்சிக்கிட்டுப் பிரிஞ்சிட்டாங்க...''ன்னு அவர் ஏதேதோ சொன்னாரு. எனக்கு அப்பவும் எதுவும் புரியல.

மீசை மொளைக்க ஆம்பிச்சவுடனே பசங்க நாலு பேர் ஒரே இடத்துல ஒக்காந்து ஏன் பொம்பளயப் பத்திப் பேசணும்? அப்புறம் ஏன் பொம்பளைக்காக சண்டை போட்டுக்கிட்டுப் பிரியணும்...? யாருக்காச்சும் தெரிஞ்சா, எனக்குப் புரியற மாதிரி சொல்லுங்களேன்.

★★★

ஆனந்த விகடன்
10.1.1999

# 13 சே... நண்பனா இவன்

*நட்பு என்றால் என்ன?*

*நல்ல வேளையாக உன்னைச் சந்தித்தேன்.*

*இல்லையெனில் விடை தெரியாமலே போயிருக்கும்.*

இந்த வாசகங்களைத்தான் கவிஞர் மீரா எழுதிய ஒரு கவிதையின் சாயலில் மனோகரின் ஆட்டோகிராபில் எழுதியிருந்தேன். மனோகரிடம் போனில் பேசிய பிறகு, சட்டென்று எனக்கு இதுதான் ஞாபகத்திற்கு வந்தது. பத்து நிமிடங்களுக்கு முன் சற்றும் எதிர்பாராத விதமாக, மனோகரிடமிருந்து போன்.

''மும்பைலேர்ந்து உங்களுக்கு போன்...'' என்று கூறிக் கொண்டே மானேஜர் என் கையில் ரிசீவரைக் கொடுத்தார். ''ஹலோ ஹரியா?'' என்றது போன் குரல்.

''ஆமாம். நீங்க யாரு?''

''நாயே... குரல் மறந்து போச்சா? கண்டுபிடிறா.''

யார் இவ்வளவு உரிமையுடன் பேசுவது?

''ஹலோ யாரு? தெரிஞ்ச குரலா இருக்கு... ஆனா தெரியல...'' என்று நான் சொல்லிக் கொண்டிருக்கும்போதே ஞாபகம் வந்து விட்டது. ''மனோ...'' என்று உற்சாகத்தில் கூவினேன். பிறகுதான் அவன் செய்த துரோகம் நினைவுக்கு வந்து அமைதியானேன்.

அவன் தற்போது மும்பையில் இருப்பதாகவும், செம்பூரில் ஒரு நண்பனிடம் எனது போன் நம்பரையும் வீட்டு அட்ரஸையும் பெற்றதாகவும், அடுத்த ஞாயிற்றுக்கிழமை என்னைச் சந்திக்க வருவதாகவும் சொன்னான். நான் கொஞ்சமும் சந்தோஷமின்றி, ''வா...'' என்று கடமைக்குச் சொல்லிவிட்டு போனை வைத்தேன். இருப்பினும் அவன் நேரில் வரும்போது, ''உன்னுடன் பேச விருப்பமில்லை'' என்று சொல்லிவிட முடிவெடுத்தேன். அவன்

செய்த துரோகத்தை நினைத்தபோதே லேசாக வியர்த்தது. வெளியே வராண்டாவுக்கு வந்து ஒரு சிகரெட்டைப் பற்ற வைத்துக் கொண்டு ரோட்டில் செல்லும் வாகனங்களைப் பார்த்தேன்.

அந்த சம்பவம் நடக்கும் வரையில் நான் ஆட்டோகிராபில் எழுதியிருந்த வாசகங்களுக்கு ஏற்றபடிதான் நடந்து கொண்டான் மனோகர். பிறகுதான் பாடுபட்டு வளர்த்த பயிர் ஒருநாள் வெள்ளத் தில் அழிவதுபோல், எல்லாம் சிதைந்து போனது. தஞ்சாவூரில் நான்கு வயதிலிருந்து நான் சென்னைக்கு வேலைக்கு வரும்வரை அவன்தான் எனக்கு மிகவும் நெருங்கிய நண்பன்.

தஞ்சாவூரில் மனோ என் பக்கத்து வீடு. பால்ய பருவத்தில் இருவரும் சேர்ந்து சுற்றாத இடம் இல்லை. அப்புறம் வளர்ந்து, காலேஜில் சேர்ந்த பிறகு எங்கள் நட்பு மேலும் இறுகியது. காலேஜ் சேர்ந்த பிறகுதான் க்ளாஸ் கட் அடித்துவிட்டு திருவள்ளுவர் தியேட் டரில் முதன் முதலாக மலையாளப் படம் பார்த்தோம். அதேபோல், நான் மனோகருடன் சேர்ந்துதான் முதன்முதலில் குடித்தேன்.

பஸ் ஸ்டாண்டுக்கருகில் இருந்த ஒரு பாருக்கு இழுத்துச் சென்றான். ரம் வாங்கி இரண்டு கிளாஸ்களில் அளவாக ஊற்றி னான். கொஞ்சம் தம்ஸ் அப். கொஞ்சம் தண்ணீர் கலந்தான். பிறகு பேனாவைத் திருப்பி தொழில் நேர்த்தியுடன் சரக்கை கலக்கினான். "அப்பதான் மாப்ளே நல்லா மிக்ஸ் ஆவும்" என்றான். முகத்தைச் சுளித்துக்கொண்டு முதல் ரவுண்டை வேகமாக முடித்தேன். பிறகு மெள்ள மெள்ள இரண்டாவது ரவுண்ட் இறங்க... இருவருக்கும் நல்ல போதை ஏறிவிட்டது.

"மாப்ளே... மனோ... நீ நல்லவன்டா."

"இல்லடா.... ஹரி. நீதாண்டா நல்லவன்."

"இல்லடா... நீதாண்டா நல்லவன்" என்று அவனைக் கட்டிப்பிடித்து முத்தம் கொடுத்தேன். மூன்றாவது ரவுண்டில் எனக்கு போதை உச்சத்துக்கு ஏறியது. நாக்கு குழறப் பேசினேன்.

"மாப்ள... நான் மப்புல பேசறேன்னு நெனைக்காத. மாமன் மப்புலயும் தெளிவு. நட்பைப் பத்தி உன்கிட்டே சொல்லணும்டா... இந்த உலகத்துல எல்லா உறவுலயும் ஒரு பரஸ்பரப் பிரதிபலன் இருக்கும். பெத்த அம்மா, அப்பா கூட வயசான காலத்துல புள்ள தங்களைப் பார்த்துக்கணும்னு நெனைப்பாங்க. ஆனா இந்த உலகத்துல பிரதிபலன் எதிர்பார்க்காத ஒரே உறவு என்ன தெரியுமா? ப்ரெண்ட்ஷிப்... மூழ்காத ஷிப் ப்ரண்ட்ஷிப்னு சும்மாவாடா பாடி வச்சான்..."

''கலக்கிட்டடா மாப்ள'' என்று எழுந்து என்னைக் கட்டிப் பிடித்து முத்தம் கொடுத்தான் மனோ.

''சித்ரா பத்தி உன்கிட்டே ஒண்ணு சொல்லணும்டா மாப்ள'' என்றான். ''சொல்லுடா மாப்ள'' என்றேன்.

''அவளுக்கு உன் மேல ஒரு இது.''

''சீ... உளறாதடா.''

''இல்ல மாப்ள. நான் பல தடவை கவனிச்சுட்டேன். உன் பேரைச் சொன்னாலே அவ கண்ணு ரெண்டும் டாலடிக்குது. நீ ஒரு நாள் வரலேன்னா இடிஞ்சுபோய் உக்காந்திடுறா. நீ கவிதையெல்லாம் வேற எழுதறியா... அதுல விழுந்துட்டா. நல்லாதான் மாப்ள இருக்கா. பேசாம நீயும் லவ் பண்ணுடா.''

''சீ... அதெல்லாம் தானா வரணும்'' என்று எழூந்தேன்.

அதன் பின்புதான் சித்ராவை ஸ்பெஷலாக கவனிக்க ஆரம்பித்தேன் காதலிக்கத் தொடங்கினோம். மனோதான் எங்கள் காதல் தூதுவனாக இருந்தான். நானும் சித்ராவும் தீவிரமாகக் காதலிக்கத் தொடங்கி சில மாதங்கள் கழித்து ஒரு பணக்கார மாப்பிள்ளையை அவள் வீட்டில் நிச்சயம் செய்ய, என்னை கழற்றி விட்டுவிட்டாள். வெறும் வயசு காலத்து சலனம் அது. இருப்பினும், அந்த சித்ராவால் தான் எங்கள் நட்பில் பிளவு.

அன்று நன்கு மழை பெய்து கொண்டிருந்ததால் பெரும்பாலோர் காலேஜுக்கு வந்திருக்கவில்லை. அங்கங்கு ஒன்றிரண்டு தலைகள் மட்டுமே தெரிந்தன. சட்டென்று ஒரு ஜன்னலுக்கருகில் மனோகரை கவனித்தேன். ஜன்னல் வழியாக உன்னிப்பாக எதையோ பார்த்துக் கொண்டிருந்தான். நான் சத்தம் போடாமல் அவன் பின்னால் சென்று அப்படி எதைத்தான் பார்க்கிறான் என்று ஜன்னல் வழியாகப் பார்த்தேன்.

அந்த நொடியில் எனக்கு ஏற்பட்ட அதிர்ச்சியை இன்னும்கூட என்னால் ஜீரணிக்க முடியவில்லை. உள்ளே மழையில் நனைந்து வந்திருந்த எனது அப்போதைய காதலி சித்ரா தாவணியை முற்றிலு மாக அவிழ்த்துப் பிழிந்து கொண்டிருந்தாள். நெஞ்சம் முழுக்க வேதனை வெடிக்க சத்தம் போடாமல் திரும்பி வந்தேன். மனதுக்குள் புலம்பினேன். புழுங்கினேன். இப்படி பண்ணிட்டியேடா மனோ. நாளைக்கு உன் ப்ரெண்டோட மனைவி யாகப் போறவள்னுகூட பார்க்காம இப்படிப் பண்ணிட்டியேடா பாவி.

அப்படி என்னடா காமம் உன் மூளைய மழுங்கடிச்சிடுச்சி. கோபப்பட்டு அவனிடம் சண்டைகூடப் போடவில்லை. நேராக வீட்டுக்குச் சென்றுவிட்டேன்.

அவ்வளவுதான். அதற்குப் பிறகு அவனிடம் முகம் கொடுத்துப் பேசுவதில்லை. ஏன், ஏன் என்று காரணம் கேட்டுப் பல நாட்கள் என்னைச் சுற்றி வந்தான். நான் வாயைத் திறக்கவேயில்லை. அவனும் அலுத்துப் போய் விட்டுவிட்டான். பைனல் இயர் முடித்து நான் சென்னைக்கு வேலைக்கு வந்துவிட்டேன். அவன் மும்பை செல்ல சுத்தமாகத் தொடர்பு அறுந்து போனது. அவன் போட்ட கடிதங்களுக்கு நான் பதில் எழுதவில்லை. எனது திருமணத்துக்கும் அவனை அழைக்கவில்லை.

இத்தனை வருடங்களுக்குப் பிறகும்கூட அந்தக் காயம் ஆறவில்லை. மனோகரின் நட்பைத் தொடர எனக்குத் துளியும் விருப்பமில்லை. அடுத்த ஞாயிற்றுக்கிழமை அவன் வரும்போது தயவு தாட்சண்யமின்றி "காரணமெல்லாம் கேட்காதே. உன் ப்ரெண்ட்ஷிப் எனக்குப் பிடிக்கலை. இனிமே என்னைப் பார்க்க வரவேண்டாம். போயிடு" என்று நாலே வார்த்தையில் அவனை வெட்டிவிட வேண்டும் என்ற தீர்மானத்துடன் இருந்தேன்.

நான் பரபரப்பாக எதிர்பார்த்துக் கொண்டிருந்த அந்த ஞாயிற்றுக் கிழமை வந்தது. காலை எழுந்து, பால் வாங்குவதற்காக சட்டையைப் போட்டுக்கொண்டு கிளம்பினேன். பாலை வாங்கிக் கொண்டு சிகரெட் பிடித்தபடி தெருவில் நின்று கொண்டிருந்தேன். "மாப்ள..." என்று குரல் கேட்டு வேகமாகத் திரும்பினேன்.

கையில் சூட்கேஸுடன் சற்றே தொந்தியும் முன் வழுக்கையுமாக மனோகர் நின்று கொண்டிருந்தான். அவனைப் பார்த்த அந்த விநாடியில் எனது தீர்மானமெல்லாம் தூள் தூளாக நொறுங்கியது. இருபத்தாறு வருட நட்பிற்கு முன்னால், எனக்குத் துரோகம் செய்த காதலியை அவன் தவறான கண்ணோட்டத்தில் பார்த்தது, இப்பொழுது ஒன்றும் பெரிய துரோகமாகத் தோன்றவில்லை. அந்த பழைய நட்பு நாட்கள் நினைவில் தோன்ற... உண்மையாகவே மிகுந்த சந்தோஷத்துடன் தெரு என்பதையும் மறந்து, "மாப்ள..." என்று பாய்ந்து சென்று அவனை இறுகக் கட்டியணைத்துக் கொண்டேன்.

★ ★ ★

ஆனந்த விகடன்
7.1.2001

### ஜி.ஆர்.சுரேந்தர்நாத் எழுதிய
பிற நூல்கள்

1. மழைக்காலம் *(சிறுகதைகள்)*
2. தொலைந்த காலம் *(சிறுகதைகள்)*
3. தீராக் காதல் *(காதல் கதைகள்)*
4. கமலஹாசனும் காளிமுத்துவும் *(சிறுகதைகள்)*
5. தேவதையைத் தேடி *(சிறுகதைகள்)*
6. சிறகுகள் முளைக்கும் வயதில் *(குறுநாவல்கள்)*
7. காதல் காற்று *(பிரபலங்களின் காதல் பக்கங்கள்... கட்டுரைகள்)*
8. பூக்கரையில் ஒரு காதல் காலம் *(குறுநாவல்கள்)*
9. நாம் நனைந்த மழைத்துளியில்... *(காதல் கதைகள்)*
10. லவ் @ சங்கமித்ரா எக்ஸ்பிரஸ் *(காதல் குறுநாவல்கள்)*